अकबर बिरबल

मालिका - भाग ५

अकबराचा जप

आणि

इतर कथा

मंजूषा आमडेकर

हे पुस्तक **माझं** आहे

मेहता पब्लिशिंग हाऊस

AKBARACHA JAP ANI ITAR KATHA
by MANJUSHA AMDEKAR

अकबराचा जप आणि इतर कथा / बालसाहित्य
मंजूषा आमडेकर

संस्थापक : सुनील अनिल मेहता

प्रकाशक : मेहता पब्लिशिंग हाऊस प्रा. लि.,
१९४१, सदाशिव पेठ, माडीवाले कॉलनी, पुणे – ४११०३०.
✆ ०२०-२४४७६९२४
E-mail : production@mehtapublishinghouse.com
Website : www.mehtapublishinghouse.com

मुद्रक : श्री मुद्रा

मुखपृष्ठ व आतील चित्रे : धनश्याम देशमुख

प्रथम आवृत्ती : जुलै २०२१
पुनर्मुद्रण : मार्च, २०२४

किंमत : ₹ २५०

P Book ISBN 9789391151829

माणिक कसं होतं?

बिरबलाच्या समोर एकदा दोन सख्ख्या भावांमधला खटला आला. एका भावानं दुसऱ्या भावावर चोरीचा आळ घेतला होता. आरोपी भावाचं नाव होतं जयचंद आणि फिर्याद देणाऱ्या भावाचं नाव होतं सत्यशील. जयचंद खाऊन-पिऊन सुखी असलेला मध्यमवर्गीय माणूस होता तर सत्यशील अतिशय श्रीमंत. त्यामुळे स्वाभाविकच सत्यशीलची बाजू तगडी होती. दुसऱ्या मध्यमवर्गीय माणसानं पैशाच्या लोभानं म्हणा किंवा गरजेपोटी चोरी केलेली असू शकते असंच कुणालाही वाटलं असतं. पण बिरबलाचं काम होतं सत्य शोधून काढणं, निरपराध माणसाला न्याय मिळवून देणं आणि अपराध्याला शिक्षा करणं.

त्यामुळे वरकरणी काहीही दिसत असलं तरी अंदर की बात काय आहे, हे नीट पडताळून पाहणं गरजेचं होतं. त्यामुळे त्यानं चौकशीला सुरुवात केली. सत्यशील म्हणाला, 'सरकार, माझा हा भाऊ बरेच दिवस मला भेटला नव्हता. कारण मीच माझ्या व्यापात असतो, फार मोठा व्याप आहे माझा.' भाव खात इकडे तिकडे बघत तो पुढे म्हणाला, 'म्हटलं, याला जेवायला बोलवावं आणि मनसोक्त गप्पा कराव्यात सुख-दु:खाच्या. मग मी याला माझी नवीन खरेदी दाखवली. मी नुकतंच एक सुंदरसं माणिक खरेदी केलं होतं. खूपच महागडं होतं ते. तेवढ्यात कुणीतरी मला भेटायला आलं म्हणून मी बाहेर गेलो. थोड्या वेळानं येऊन पाहतो तर काय, माणिक गायब आणि हा ही गायब. माझी पक्की खात्री आहे की ते यानंच चोरलेलं आहे, कारण याच्या मुलीचं लग्न तोंडावर आलंय आणि याची काही परिस्थिती फारशी चांगली नसल्यामुळे त्याला पैशाची गरज असणार, म्हणून यानं ते ढापलेलं असावं.

सरकार, माझं माणिक मला परत मिळवून द्या हो.' बिरबलानं ते ऐकून घेतलं आणि जयचंदला विचारलं, 'तुझं काय म्हणणं आहे यावर?' जयचंद अत्यंत साधा वाटत होता. तो डोळ्यात पाणी आणून म्हणाला, 'सरकार, मुळात मी चोरट्या वृत्तीचा माणूसच नाही. आणि त्यातून सख्ख्या भावाच्या घरी चोरी करण्याइतका नीच तर नक्कीच नाही. मी ते माणिक घेतलेलं नाही, फार काय, ते काळं की गोरं तेही मी पाहिलेलं नाही. वाटलं तर माझ्या घराची आणि माझी झडती घ्या.' बिरबलाला जयचंद निरपराध असावा असं वाटलं.

तो सत्यशील मात्र चांगलाच बिलंदर वाटत होता. पण नुसत्या वाटण्यावर न्याय निवाडा होत नसतो. तिथे साक्षीदारांची आणि पुराव्याची गरज असते. त्यामुळे बिरबलानं सत्यशीलला विचारलं, 'काय रे, तू म्हणतोस त्याला काही पुरावा आहे का?

कुणी साक्षीदार आहेत का?' सत्यशील म्हणाला, 'हो तर, चांगले चार साक्षीदार आहेत. त्यांनी स्वत:च्या डोळ्यांनी पाहिलंय याला चोरी करून निघून जाताना.' बिरबल म्हणाला, 'ठीक आहे, उद्या त्या चार साक्षीदारांना इथे हजर करा म्हणजे मग पुढचा खटला चालवता येईल.' दुसऱ्या दिवशी सत्यशील, जयचंद आणि चार साक्षीदार दरबारात हजर झाले. जयचंद आरोपी असल्यामुळे त्याला कोठडीत ठेवलेले होते. दरम्यान बिरबलानं सत्यशील आणि जयचंद दोघांचीही माहिती काढली होती. शिवाय कोठडीत जयचंदचं वागणं कसं आहे, हे ही त्यानं माहीत करून घेतलं होतं. सत्यशील अत्यंत लबाड माणूस होता. काळे धंदे करून, लोकांना टोप्या घालून तो श्रीमंत बनलेला होता. याउलट त्याचा भाऊ जयचंद हा फारच सचोटीनं वागणारा पापभिरु माणूस होता. सरळमार्गीपणानं वागत असल्यामुळेच तो भावाइतका श्रीमंत होऊ शकलेला नव्हता. आणि त्याला भावाचं वागणं पसंतही पडत नव्हतं. याच विषयावरून त्यांच्यात बऱ्याचदा वाद व्हायचे आणि त्यामुळेच ते एकमेकांना भेटत नव्हते.

कोठडीतला एक दिवससुद्धा जयचंदनं अत्यंत चांगुलपणानं घालवलेला होता. बिरबलासमोर चारी साक्षीदारांना हजर करण्यात आलं. ते चार वेगवेगळे व्यवसाय करणारे लोक होते. केशकर्तन करणारा न्हावी, कपडे शिवणारा शिंपी, चर्मकार असलेला चांभार आणि पानाचे विडे बनवणारा तांबोळी असे चारजण समोर आलेले पाहून बिरबल त्यांना म्हणाला, 'तुम्ही एकेक जण दुसऱ्या दालनात मला भेटा.' बिरबल स्वत: दुसऱ्या दालनात जाऊन बसला आणि तिथे एकेकजण साक्ष देण्यासाठी यायला लागला. सर्वात आधी आला न्हावी. बिरबलानं त्याला विचारलं, 'काय रे बाबा, तू तिथे हजर होतास का, माणिक चोरताना जयचंदला तू पाहिलं होतंस का, आणि ते माणिक कसं होतं?' त्यावर तो म्हणाला, 'सरकार, मी स्वत:च्या डोळ्यांनी पाहिलं त्याला चोरी करताना.

मी तिथेच होतो की. आणि माणिक म्हणाल, तर ते... ते चांगलं वस्तऱ्याएवढं मोठं होतं.' पहिली साक्ष ऐकताच बिरबलाला हसू आलं आणि त्याची खात्री पटली की हे खोटे साक्षीदार आहेत. पण कायद्याप्रमाणे जाणं तर भाग होतं त्यामुळे त्यानं पुढच्या तिन्ही साक्षीदारांना बोलावून हेच प्रश्न विचारले. प्रत्येकानं न्हाव्यासारखीच उत्तरं दिली. फक्त माणकाचं वर्णन मात्र प्रत्येकानं वेगवेगळं केलं. शिंपी म्हणाला, 'महाराज, माणिक सुईसारखं बारीक आणि लांब होतं बघा.' चांभार म्हणाला, 'अहो, ते माणिक चांगलं चपलेएवढं मोठ्ठं होतं!' तांबोळी म्हणाला, 'सरकार, ते माणिक विड्याच्या पानाइतकं मोठं होतं.' बिरबल पोट धरधरून हसायला लागला. कारण ते सगळे खोटी साक्ष देत होते. ते इतके गरीब होते की प्रत्यक्षात त्यांनी माणिक कधीही साधं पाहिलेलंही नव्हतं. त्यामुळे प्रत्येकानं आपापली कल्पना लढवून स्वत:च्या व्यवसायातल्या वस्तूएवढं होतं असं ठोकून दिलं होतं.

बिरबलानं चौघांना दरबारात बोलावलं आणि शिपायांना सांगितलं 'या चौघांना चाबकाचे दहा दहा फटके द्या प्रत्येकी, खोटी साक्ष दिल्याबद्दल.' त्याबरोबर चौघं बिरबलाच्या पायावर लोळण घेऊन म्हणाले, 'सरकार, आम्हाला माफ करा. आम्ही खोटी साक्ष दिली कारण या सत्यशीलनं आम्हाला त्याबद्दल प्रत्येकाला वीस-वीस सुवर्णमुद्रा द्यायचं वचन दिलं होतं. प्रत्यक्षात आम्ही त्याच्या घरी गेलोसुद्धा नव्हतो. या खेपेला आम्हाला माफ करा सरकार, आम्ही पुन्हा अशी चूक करणार नाही.' त्यानं सत्यशीलला खडसावून विचारलं, 'आता तूही खरं बोलतोस... की कसं...?' सत्यशील घाबरूनच गेला होता. तो गयावया करत म्हणाला, 'सरकार, चूक झाली. मी माझ्या सज्जन भावावर खोटा आरोप केला. कारण तो कायम मला उपदेश करत असायचा, की खोटेनाटे व्यवहार करू नकोस म्हणून. माझे कान किटले होते त्याचा उपदेश ऐकून. शिवाय त्याला माझे काळे धंदेपण माहीत झाले होते.

तो कुठेतरी बोलेल म्हणून मी त्याचा काटा काढायचं ठरवलं आणि त्याच्यावर खोटा आळ घेतला. प्रत्यक्षात तो माझ्या घरी जेवायलाही आला नव्हता आणि माझं माणिकही त्यानं चोरलेलं नाही.' हे ऐकल्यावर बादशहा चिडला. म्हणाला, 'आपल्या सज्जन भावाशी वाईट वागल्याबद्दल आणि इतर काळे धंदे केल्याबद्दल याला चांगली कडक शिक्षा सुनाव.' बिरबल म्हणाला, 'सत्यशील हा नाव मोठं आणि लक्षण खोटं असंच वागत आला आहे. त्यामुळे त्याला मी एक वर्षाची तुरुंगवासाची शिक्षा सुनावतो. शिवाय जयचंदची अब्रू नुकसानी केल्याबद्दल नुकसान भरपाई म्हणून सत्यशीलनं त्याला पाच हजार सुवर्णमुद्रा द्याव्यात असा आदेश देतो. चारी खोट्या साक्षीदारांना एक आठवड्याची शिक्षा देतो आणि निरपराध जयचंदला सन्मानपूर्वक सोडून देतो.'

बिरबलाचा निवाडा ऐकून जयचंदचे डोळे पाण्यानं डबडबले. तो म्हणाला, ‘सरकार, मी काळजीत होतो. माझ्या मुलीचं लग्न तोंडावर आलेलं असताना मीच गुन्हेगार ठरलो असतो तर माझ्या मुलीशी कुणी लग्न केलं असतं? तुमचे आभार मानावेत तितके थोडेच आहेत.’ आणि मग डोळे पुसत तो आनंदानं घरी निघून गेला. लवकरच त्याला पाच हजार सुवर्णमुद्राही मिळाल्या.

बादशहापेक्षा मोठे कोण?

एक दिवस बादशहानं दरबारात असा प्रश्न विचारला की सगळ्या सरदारांची तोंडच शिवली गेली जणू. बादशहानं विचारलं, 'बादशहापेक्षा मोठा कोण आहे?'

आता याचं उत्तर काय द्यावं, कुणालाच कळेना. कारण दुसरं कुणीतरी मोठं आहे असं सांगितलं तर बादशहाची नाराजी पत्करावी लागणार. त्यामुळे सगळ्यांनी एकमुखानं सांगितलं, 'सरकार, हे काय विचारणं झालं? बादशहापेक्षा मोठं कोण असणार? बादशहाच सर्वात मोठा असतो.' बादशहाला काही ते उत्तर आवडलं नाही. तो म्हणाला, 'हे पहा, विनाकारण माझी खोटी स्तुती करू नका. जे सत्य असेल तेच सांगा.'

मग काही सरदार हिंमत करून म्हणाले, 'खाविंद, बादशहापेक्षा ईश्वर मोठा असतो.' बादशहाला हेही उत्तर पसंत पडलं नाही. तो म्हणाला, 'मी पृथ्वीवर राहणाऱ्या माणसांबद्दल बोलतोय. ईश्वर सर्वात मोठा आहे यात काही वादच नाही, पण इथे, या धरतीवर बादशहापेक्षा मोठा कोण आहे?' आता मात्र कुणीच काही बोलेना. बिरबल तर पहिल्यापासूनच शांत होता. शेवटी न राहवून बादशहानं त्यालाच विचारलं, 'काय रे बिरबल, तू काहीच का बोलत नाहीस? तुझं काय म्हणणं आहे?'

बिरबल म्हणाला, 'सरकार, माझ्या मते लहान मूल हे बादशहापेक्षा मोठं असतं.' त्याचं उत्तर ऐकून सगळा दरबार पोट धरून हसायला लागला. सगळ्यांना वाटलं, 'काय वेडपट आहे हा बिरबल! काहीही बरळत असतो. बादशहा आता चांगली चंपी करणार याची. मजाच येईल बघायला.' आणि सगळेजण पुढे काय घडतं ते कुतुहलानं पहायला लागले.

बादशहा मात्र हसला नव्हता. कारण बिरबल जे बोलतो ते विचाराअंतीच हे त्याला माहीत होतं. त्यामुळे तो म्हणाला, 'तू हे कशावरून सांगतोस? पटवून देऊ शकशील का?' बिरबल म्हणाला, 'जरूर. फक्त मला चार दिवसांची मुदत द्या.' बादशहानं ती दिली. पुढील चार दिवस दरबाराच्या कामकाजात बादशहा हा विषय विसरूनही गेला होता. एके दिवशी बिरबल अचानक दरबारात एक सुंदरसं, चुणचुणीत लहान मूल घेऊन आला. त्याच्या वागण्या-बोलण्यात इतकी धिटाई होती की प्रत्येकजण तोंडात बोटं घालत होता. सगळ्यांनाच ते मूल इतकं हवंहवंसं वाटलं की सगळेजण त्याला जवळ घेऊन त्याचे लाड करायला लागले. बादशहानंही त्याला जवळ बोलावलं. ते मूल लगेच तुरुतुरु चालत बादशहाजवळ गेलं आणि त्याच्या मांडीवर चढून बसलं.

बादशहानं त्याला प्रेमानं जवळ घेतल्यावर त्यानं बादशहाची दाढी ओढायला सुरुवात केली. मग त्याच्या गळ्यातल्या माळा ओढल्या. आणि मग त्यानंतर ते मूल चक्क लाथा मारायला लागलं बादशहाला. तरी बादशहा आपला हसतच होता. तो बिरबलाला म्हणाला, 'पाहिलंस बिरबल, हा माझ्या दाढी-मिशा ओढतोय आणि लाथाही झाडतोय.'

बिरबल म्हणाला, 'सरकार, प्रत्यक्ष बादशहाशी असं वागणाऱ्या या मुलाला चांगली कडक शिक्षा द्यायला हवी.' बादशहा म्हणाला, 'अरे, वेडा की काय तू बिरबल? किती झालं तरी ते लहान मूल आहे, त्याला काय कळतंय आपण काय करतोय ते? लहान मुलाला कुणी शिक्षा करतं का? त्यांना कसंही वागण्याचा हक्कच आहे. ती कशीही वागली तरी चालतं.'

बिरबल एकदम म्हणाला, ‘याचा अर्थ बादशहाची दाढी ओढणारं आणि त्याला लाथा मारणारं मूल बादशहापेक्षा मोठं झालं ना? ते बादशहापेक्षा जास्त श्रेष्ठ ठरतं ना?’ चार दिवसांपूर्वीचा विषय अचानक बादशहाला आठवला आणि तो मनापासून हसला. म्हणाला, ‘बिरबल, तुझं उत्तर बिनतोड होतं. आता या मुलाला भरपूर खाऊ, खेळणी आणि कपडेलत्ते द्या आणि त्याच्या घरी पोचवा. दरबारी कामाची खोटी होतेय.’

अकलेचे तारे

अकबर बादशहाला जनतेच्या भल्याची काळजी लागून राहिलेली असायची. त्याला अनेक योजना राबवायच्या होत्या. पण रात्र थोडी आणि सोंगं फार... अशी अवस्था झालेली होती. विकासाची कामं तर प्रचंड प्रमाणात होती आणि त्यामानानं वेळ खूपच कमी पडत असे. एके दिवशी त्याला याच विचारानं झोप लागेना. त्यामुळे तो उठून गच्चीत गेला. वर आकाशात चंद्र दिसत होता. तारेही चमकत होते. तिकडे पाहता पाहता त्याला एक युक्ती सुचली. त्यानं ती दुसऱ्या दिवशी लगेच बिरलाला ऐकवायची ठरवली. बिरबल बुद्धीमान असल्यामुळे त्याला आपली ही आगळी वेगळी योजना नक्कीच आवडेल आणि आपण त्याच्या वरचढ हुशार असल्याचं तो मान्यही करेल, या आनंदातच बादशहा झोपी गेला.

दुसऱ्या दिवशी सकाळी बिरबल यमुनातीरी फिरायला जाण्यासाठी म्हणून आला. बाहेर पडल्यावर बादशहा बिरबलाला म्हणाला, 'माझ्या मनात असा विचार आलाय, की आपण दोन महिने एकत्र करून जोडूया आणि वर्ष लहान करूया, म्हणजे मग राज्यकारभार करणं सोयीचं पडेल. तुझं काय मत आहे यावर?' आणि तो मोठ्या उत्सुकतेनं पहायला लागला. त्याला वाटलं बिरबल आपल्याला भरभरून दाद देईल आणि आपल्या हुशारीचं कौतुक करेल. बिरबल खरं तर ते ऐकून चाटच पडला होता. त्याला बादशहाचा लहरीपणा चांगलाच ठाऊक होता. पण तो अकलेचे इतके तारे तोडेल असं त्याला स्वप्नातही वाटलं नव्हतं. महिने जोडण्यामुळे वर्ष छोटं होईल ही कल्पनासुद्धा मूर्खपणाची होती. पण तसं स्पष्टपणे बादशहाला सांगायचं कसं? त्यामुळे वरकरणी तो हसून विनम्रपणे म्हणाला, 'खरं आहे, सरकार. आपली ही योजना फारच उत्तम आहे.

हिचा सगळ्यांनाच लाभ होईल. शंभर वर्षं जगणारा माणूस दोनशे वर्षं जगेल. पंधरवडे महिन्याएवढे मोठे होतील.' बिरबलाचं हे तिरकस बोलणं ऐकून बादशहा मनात खजिल झाला. त्याला मनोमन पटलं की केवळ महिने जोडण्यानं माणसाचं आयुष्य दुप्पट कसं होईल? किंवा पंधरवडे महिन्याचे कसे होतील? कारण चंद्राच्या कला काही आपण बदलू शकत नाही. पंधरा दिवसांनी आमावस्या यायची ती येणारच आणि पुढील पंधरा दिवसांनी पौर्णिमाही होणारच. आपण काही निसर्गनियमात बदल करू शकत नाही. त्यामुळे तो काहीच न बोलता गप्प राहिला. बादशहाचा उतरलेला चेहरा बघून बिरबलाला मनातून हसूच येत होतं. पण तरीही आपल्या काही लक्षातच आलेलं नसल्याचं दाखवत तो साळसूदपणे म्हणाला, 'मग सरकार, आजच दरबारात गेल्यावर आपली नवी दिनदर्शिका तयार करण्याचे आदेश द्यायचे ना? तुमच्या इच्छेप्रमाणे वर्षाचा नवा आराखडा ठरवूया.'

बादशहा घाईघाईनं म्हणाला, 'नको, नको, सध्या नको. आपल्यापुढे सध्या पुष्कळ कामांचा डोंगर साचलाय. तो आधी निकालात काढूया. मग नंतर कधीतरी सवडीनं यावर चर्चा करूया. मी आपलं तुझं मत आजमावलं. दुसरं काही नाही. तू हा विषय विसरून गेलास तरी चालेल.' बिरबल म्हणाला, 'जशी आपली मर्जी, खाविंद. मी काय, हुकुमाचा ताबेदार. तुम्ही म्हणाल तसं करणार.' असं म्हणून बिरबल मनातून हसत पण वरकरणी गंभीर चेहरा करून बादशहाच्या सोबत चालत राहिला.

अकबराचा जप

बादशहाला आपल्या राज्यात भटकंती करायची सवय होती. त्यामुळे तो कुठेही गेला तरी लोक त्याचं स्वागत करत. हिंदू लोक बादशहाला नमस्कार करून, 'राम राम!' असं म्हणायचे रामनामाचा जप करायचे किंवा बोलीभाषेत रामाच्या नावाचा वापरही करायचे. उदाहरणार्थ एखादी गोष्ट कळत नसेल किंवा माहीत नसेल तर हे लोक, 'राम जाने,' असं म्हणायचे. ते पाहून बादशहाला वाटलं, 'हे लोक रामाचं नाव का घेतात? खरं तर हिंदुस्थानचा बादशहा मी आहे. लोकांनी माझं नाव सतत घेतलं पाहिजे. माझ्या नावाचा जप केला पाहिजे.'

मग त्यानं तो विचार तात्काळ बिरबलाला बोलून दाखवला. बिरबल इतका अवाक झाला की क्षणभर काय बोलावं तेच त्याला सुचेना.

पण स्वत:ला सावरून तो इतकंच म्हणाला, 'सरकार, चांगला विचार आहे हा. पण माझ्या मते याची एकदम अंमलबजावणी करण्यापेक्षा आपण आधी काही थोड्या लोकांना हे सांगून पाहू. त्याचा परिणाम कितपत होतोय, कसा होतोय याचं निरीक्षण करू आणि मगच त्याला सार्वजनिक स्वरुप देऊ. तुम्हाला काय वाटतं, यावर?' बादशहा म्हणाला, 'चालेल, तू म्हणतोस तसं करून पहायला काहीच हरकत नाही.' मग बिरबलानं यमुनेच्या आसपासच्या काही ठिकाणी तसा आदेश जारी केला.

एके दिवशी नेहमीप्रमाणे बिरबल आणि बादशहा फिरायला बाहेर पडले आणि यमुनाकाठी गेले. काठावरच एका दगडावर बसून बादशहा वाहत्या नदीकडे पहात आनंदानं बसलेला होता. तितक्यात त्याच्या बाजूनं एक प्रेतयात्रा गेली. नदीच्या काठी प्रेते जाळली जात असत.

त्या प्रेतयात्रेत सहभागी झालेले लोक 'रामनाम सत्य है,' आणि 'राम बोलो भाई राम,' च्या ऐवजी 'अकबर नाम सत्य है,' आणि 'अकबर बोलो भाई अकबर,'

असं म्हणत चाललेली होती. बादशहा ते ऐकून थक्कच झाला. काही वेळातच लागोपाठ आणखी दोन प्रेतयात्रा तिथून गेल्या. तेही लोक अकबराचेच नाव घेत होते. तिन्ही प्रेतयात्रांमध्ये सहभागी झालेले लोक अकबराच्या नावानं खडे फोडत होते. म्हणत होते, 'किती सज्जन होता हो, आणि वयही किती लहान! अकाली मरण आलं बघा, काय हा जुलूम अकबराचा! का नेलं याला, घरदार उघडं पडलं ना याचं... अकबराच्या क्रूरपणाला म्हणावं तरी काय...! त्याची इच्छा होती म्हणून हा प्राणाला मुकला!' हे ऐकून तर बादशहा चाटच पडला. तो बिरबलाला म्हणाला, 'अरे, हा काय प्रकार आहे? लोक मला जुलमी आणि क्रूर का म्हणतायत? ही तीन माणसं मेली ती काय माझ्या इच्छेमुळे? ती तर त्यांच्या मरणानं मेली. मी काय केलं त्यांचं? लोक मला का दोष देतायत?'

बिरबल विनम्रपणे म्हणाला, 'त्याचं काय आहे सरकार, जो सर्वशक्तिमान असतो, ज्याची जगावर सत्ता चालते, त्याच्या इच्छेनं माणसाचं आयुष्य संपतं म्हणून त्याचंच नाव प्रेतयात्रेत घेतलं जातं. एरवी लोक रामनाम घ्यायचे, पण

आता तुमच्या हुकुमानुसार ते तुमचं नाव घेतायत. त्यामुळे ही लोकं मेली ती तुमच्या इच्छेनुसार, असंच त्यांना वाटतं. त्यात काय चूक आहे? त्यांच्या समजुतीनुसार तुम्हीच क्रूर आणि जुलमी ठरता.' बादशहा म्हणाला, 'कमाल झाली. हा कुठला न्याय आहे? एरवी रामाचं नाव घेत होते लोक तेव्हा काय रामाला जुलमी आणि क्रूर म्हणत होते का? मग मलाच का दोष दिला जातोय? तुमच्या त्या रामालाही द्या म्हणावं!' बादशहा रागावलेला पाहून बिरबलाला खरं तर मनातून हसूच येत होतं. पण वरकरणी तसं न दाखवता तो गंभीरपणे म्हणाला, 'त्याचं काय आहे सरकार, राम हा आमचा देव आहे.

हिंदू लोकांची त्याच्यावर श्रद्धा आहे. त्या श्रद्धेपोटीच आम्ही असं मानतो की माणसाला जन्म देणाराही रामच आहे आणि मृत्यू देणाराही रामच. पण रामाच्या इच्छेनं मृत्यू आला तर माणसाला स्वर्ग किंवा मोक्ष मिळतो. पण तुमच्या इच्छेनं मृत्यू आला तर पुढे कोणती गती मिळेल याची काही शाश्वती नाही. शिवाय चालू आयुष्यही गमवावं लागेल आणि प्राणाला मुकावं लागेल. म्हणून लोक तुम्हाला दोष देतायत. जुलमी आणि क्रूर मानतायत.' हे ऐकल्यावर बादशहा अस्वस्थ झाला. आपलं काहीतरी चुकलं आहे, हे त्याच्या लक्षात आलं होतं. तो त्यावर इतकंच म्हणाला, 'बरं, बरं, तू तो हुकूम परत घे पाहू. लोकांना रामनामच घेऊ देत. फक्त मी हिंदुस्थानचा बादशहा आहे, याचा विसर पडू देऊ नका म्हणाव.' बिरबल नम्रपणे म्हणाला, 'होय सरकार, तुम्ही म्हणाल तसं करूया.' आणि जणू काही झालंच नसल्याचं दाखवत बिरबलानं दुसराच विषय काढून गप्पा मारायला सुरुवात केली. बादशहानंही पुन्हा तो विषय कधीच काढला नाही.

काहीच नाही

अकबर बादशहाचा मुलगा रोज संध्याकाळी एका अधिकाऱ्याच्या मुलाबरोबर खेळत असे. दिवसा बादशहाच्या मुलाला खेळण्याइतका वेळच मिळायचा नाही. कारण राजघराण्यातल्या प्रत्येकच मुलाला दिवसा शाही रीतीरिवाज, दरबारी कामकाज, घोडेस्वारी, तलवारबाजी इत्यादी गोष्टींचं प्रशिक्षण दिलं जायचं. त्यांच्याकडून भरपूर व्यायाम करवून घेतला जायचा. ही मुलं बाहेरच्या शाळांमध्ये जायची नाहीत, तर मौलवी त्यांना राजवाड्यात येऊनच पुस्तकी शिक्षण देत असत. त्यांना त्यांच्या धार्मिक ग्रंथांविषयी आणि तत्वज्ञानाविषयीही माहिती दिली जात असे. त्यामुळे सकाळचा सगळा वेळ असाच गेल्याकारणानं या मुलांना सर्वसामान्य मुलांसारखं खेळण्यासाठी वेळच मिळायचा नाही. स्वाभाविकपणे बादशहाच्या मुलाचा दिनक्रमही असाच होता. त्यामुळे संध्याकाळ झाली की मात्र तो बागेत खेळायला बाहेर पडातचा. अर्थातच तो शाही बगिच्यामध्ये खेळायचा.

तिथे त्याच्याशी खेळायला दरबारातल्या एका अधिकाऱ्याचा मुलगा यायचा. कारण हाच अधिकारी बादशहाच्या मुलाला काहीतरी विशिष्ट प्रशिक्षण देण्यासाठी येत असे. एकदोनदा त्याचा स्वतःचा मुलगाही त्याच्यासोबत आलेला असल्यामुळे तिथेच त्याची आणि बादशहाच्या मुलाची ओळख झाली. समवयस्क असल्यामुळे त्या दोघांना एकमेकांचा लळा लागला. दोघे एकत्र खेळायला लागले. गप्पा मारायला लागले. फिरायला लागले. बादशहाच्या मुलाला बाहेरच्या जगाविषयी त्याच्याकडून माहिती मिळायला लागली.

बादशहाचा मुलगा आम जनतेत मिसळतच नसल्यामुळे त्याला बाहेरच्या जगाविषयी आकर्षण होतं. त्याच्या कुतुहलाची भूक या अधिकाऱ्याच्या मुलामुळे भागायला लागली. त्यामुळे बादशहाच्या मुलाला या मुलावाचून करमेनासं झालं. पण यात एक वाईट गोष्ट अशी घडली की त्या मुलाला शिवीगाळ करण्याची घाणेरडी सवय होती. ती सवय बादशहाच्या मुलानं उचलली. ही गोष्ट बादशहाला खटकायला लागली.

त्याला काही त्याची ही नवी भाषा आवडेना. कारण त्यात शाही अदब नव्हती. उर्मटपणा होता. त्यामुळे त्यानं आपल्या मुलाला त्या दुसऱ्या मुलाची संगत सोडून देण्याची सूचना केली, ती त्यानं धुडकावून लावली. बादशहानं रागावून पाहिलं, समजावून पाहिलं, बक्षिसाची लालूच देऊन पाहिली... पण छे! काही केल्या तो आपल्या मित्राची संगत सोडेना. आता मात्र बादशहाचा नाईलाज झाला. शेवटी त्यानं बिरबलाला बोलावून घेतलं. म्हणाला, 'बघ, बाबा बिरबल, मी सगळे उपाय करून पाहिले, पण माझा मुलगा काही या मुलाशी मैत्री तोडायला तयारच नाही. या असल्या संगतीनं एक ना एक दिवस राजपुत्र बिघडल्याशिवाय राहणार नाही. मला खूप काळजी वाटते रे. तुला काही उपाय सुचतोय का यावर?' बिरबल म्हणाला, 'हात्तिच्या, सरकार, एवढंच ना? मी आजच संध्याकाळी त्यांच्यातली मैत्री कायमची संपवून टाकतो. तुम्ही काहीही काळजी करू नका.' बादशहाला एकदम हायसं वाटलं. कारण बिरबलकडे सोपवलेलं काम होणारच, अशी त्याची खात्रीच होती.

त्यामुळे तो कुतुहलानं वाट पहायला लागला की बिरबल आता कशा प्रकारे हा प्रश्न सोडवतोय! मग त्या दिवशी संध्याकाळी बिरबल शाही बगिच्यात गेला. तिथे राजपुत्र आणि तो दुसरा मुलगा होतेच. त्यांचं आपापसात काहीतरी गप्पा मारणं, मध्येच खेळ खेळणं असं चाललेलं होतं. बागेत फिरता फिरता मध्येच बिरबलानं त्या दुसऱ्या मुलाला हाक मारली आणि जवळ बोलावून घेतलं. तो बिचकत बिचकत आला. त्याला वाटलं, की हे बिरबल महाराज आपल्याला रागावणार बहुधा. कारण त्यांच्यातली मैत्री बादशहाला आवडत नसल्याचं त्याला राजपुत्राकडून माहीत झालेलं होत. त्यामुळे त्याला आणि राजपुत्राला, दोघांनाही असं वाटलं की हा आता आपल्याला तेच भाषण ऐकवणार आणि रागावणार. पण तसं काहीच झालं नाही. तो मुलगा जवळ आल्यावर बिरबलानं त्याच्या खांद्यावर हात टाकला आणि जणू काही मित्राशी बोलत असल्याच्या थाटात चालायला लागला. दोघंही थोडं अंतर अशा प्रकारे चालत गेले.

बिरबल खरं तर त्याच्याशी काहीच बोलत नव्हता, पण त्यांच्यात काहीतरी गप्पा चालू असल्यासारखा तो सतत मान हलवत होता. बादशहाच्या मुलाला हे सगळं पाठीमागून दिसत होतं. थोड्या वेळानं बिरबल उलट वळला आणि दोघेजण पुन्हा राजपुत्र बसला होता तिकडे आले. बिरबल निघून जायला लागला पण जाता जाता तो त्या दुसऱ्या मुलाला मोठ्या आवाजात म्हणाला, ‘बरं आहे तर मग, मी निघतो. पण तू आपलं बोलणं कुणालाही सांगू नकोस. दुसऱ्या कुणालाही ते माहीत होता कामा नये.’

तो मुलगा बिरबलाचं ते बोलणं ऐकून बुचकळ्यातच पडला. पण तेवढ्यात बादशहाच्या मुलानं त्याच्या जवळ जाऊन त्याला मोठ्या उत्सुकतेनं विचारलं, ‘काय रे, बिरबल महाराजांनी तुला एवढं कसलं गुपित सांगितलं? सांग तरी मला.’ तो मुलगा म्हणाला, ‘काहीच नाही.’ त्यावर बादशहाचा मुलगा चकितच झाला. म्हणाला, ‘काही नाही कसं? तुला ते जाताना म्हणाले नाहीत का, की कुणाला काही सांगू नकोस म्हणून?’ त्यावर तो मुलगा म्हणाला,

'अरे, पण मी खरंच सांगतोय, ते कशाबद्दल बोलत होते ते मलाही कळलं नाही, कारण आम्ही काही बोललोच नाही.' राजपुत्राचा काही त्याच्या बोलण्यावर विश्वास बसला नाही. तो खूपच नाराज झाला, म्हणाला, 'तू खोटं बोलतोयस. मी स्वत:च्या डोळ्यांनी पाहिलंय, तुम्ही दोघंही काहीतरी बोलत होता. बिरबल महाराज मानही डोलावत होते.' आता मात्र तो दुसरा मुलगा पूर्णपणे चक्रावून गेला. तो म्हणाला, 'अरे, मी मुळीच खोटं बोलत नाहीए. ते माझ्याशी काहीही बोलले नाहीत आणि असं असूनही जाताना मात्र मला सांगून गेले की कुणाला काही सांगू नकोस. माझं मलाही काय ते कळत नाहीए, तर तुला काय सांगू?' आता मात्र राजपुत्र चांगलाच संतापला आणि चिडून त्याला म्हणाला, 'ठीक आहे तर मग, आपल्या मित्रालाही विश्वासात घेण्याची तुला गरज वाटत नसेल, तर मी तरी तुझ्याशी का मैत्री ठेवू? जा तू इथून. आजपासून तुझी-माझी मैत्री संपली. मला तुझ्याशी बोलण्याचीही इच्छा नाहीए.

पुन्हा इथे येऊ नकोस.' असं म्हणून राजपुत्र पाय आपटत आपल्या महालाकडे गेला. त्या मुलाला इतका धक्का बसला होता की काय करावं ते त्याला सुचेचना. पण राजपुत्राचं बोलणं ऐकणाऱ्या रक्षकांनी त्याला धक्के देऊन बागेतून हाकलून दिलं. त्यानंतर मात्र तो मुलगा पुन्हा कधीच तिकडे फिरकला नाही आणि त्याची आणि राजपुत्राची मैत्री कायमची संपली. बादशहाला मनापासून आनंद झाला. त्यानं बिरबलाला कुतुहलानं विचारलं, 'काय रे, तू त्या मुलाला इतकं सांगितलंस तरी काय?' त्यावर बिरबल स्मित करून म्हणाला, 'काहीच नाही!' बादशहाला काहीही उलगडा झाला नाही. पण त्यानं एवढ्यावरच समाधान मानलं की आपल्या मुलाची वाईट संगत आता सुटली आहे.

मेल्यावरचं केशवपन

दिल्लीमध्ये एक अतिशय श्रीमंत व्यापारी होता. त्याचा स्वभाव फारच तापट होता. त्यामुळे एवढ्या तेवढ्याशा कारणावरून तो कुणालाही धारेवर धरत असे. जरा चूक झाली की संपलं, त्या चूक करणाऱ्या माणसाची काही खैरच नसायची. नोकरचाकरही त्याला इतके घाबरून असायचे की काही विचारू नका. त्यामुळे स्वाभाविकच त्याच्याकडे नोकरीला कुणी टिकायचंच नाही. सतत नवे नवे नोकर यायचे आणि थोड्या दिवसांनी नोकरी सोडून जायचे. त्यामुळे शहरात त्या व्यापाऱ्याची चांगलीच बदनामी झालेली होती. मग पुष्कळदा सगळी कामं त्या व्यापाऱ्याला आणि घरच्या माणसांनाच करावी लागायची. मग तर त्याची आणखीनच चिडचिड व्हायची. एके दिवशी त्याच्या बायकोनं त्याला जेवायला वाढलं. नुकतेच नोकर नोकरी सोडून गेलेले होते त्यामुळे बिचारीला एकटीलाच सगळी कामं करावी लागली होती.

मनात म्हणाली, ‘अरे देवा, हा सैतान आता काय शिक्षा देतोय कुणास ठाऊक!’ त्यामुळे ती आधीच खूप थकून गेली होती. नवऱ्याला जेवायला वाढून ती त्याच्याशेजारी जरा टेकली होती. तोच त्या व्यापाऱ्याला जेवणात केस आढळला. झालं. संतापानं त्याच्या तळपायाची आग मस्तकाला गेली. तो तिच्यावर खेकसून तिला म्हणाला, ‘काही अक्कल आहे का तुला? जेवणात केस आला तरी कसा? तू काय स्वयंपाक करताना झोपा काढत होतीस का? साधी इतकीशी गोष्ट तुझ्या लक्षात आली नाही?’ ती अजिजी करत म्हणाली, ‘क्षमा करा हो मला, चुकून झालं माझ्या हातून. मी आजच न्हाणं केलं होतं, त्यामुळे केस सुटेच ठेवले होते वाळण्यासाठी. चुकून एखादा पडला असेल. थांबा, मी तुमच्यासाठी नवं पान वाढून आणते.’ पण हा आग्या वेताळ कुठला ऐकतोय? संतापून त्यानं पानं भिरकावलं आणि कडाडला, ‘ते काही नाही. तुला या अपराधाबद्दल अद्दल ही घडलीच पाहिजे.

त्याखेरीज तुझी अक्कल ठिकाणावर येणार नाही.' बायको थरथर कापत उभी राहिली. त्या व्यापाऱ्यानं एका जुन्या नोकराला हाक मारली. हा एकच नोकर गेली कितीतरी वर्षं त्यांच्याकडे टिकून होता. कारण तो व्यापाऱ्याच्या बायकोच्या माहेरचा होता, लग्नात तिच्याबरोबर आलेला होता. पूर्वीच्या काळी श्रीमंत घराण्यातल्या लग्नांमध्ये नवरीसोबत काही नोकरचाकर पाठवण्याची पद्धत होती. त्यामुळे हा नोकर आपल्या मालकिणीसाठी म्हणून शिव्या खात का होईना, टिकून होता.

तो नोकर जवळ आल्यावर व्यापारी त्याला म्हणाला, 'रामू, जा ताबडतोब, आणि त्या न्हाव्याला बोलावून आण. या नालायक बाईचं आपण केशवपनच करून घेऊया. चांगला तुळतुळीत गोटा करून टाकला की मग बघतोच मी स्वयंपाकात केस कुठू पडतो ते!'

ही आज्ञा ऐकताच तो नोकर आणि त्याची बायको दोघेही हबकलेच. बायको तर चक्कर येऊन खालीच कोसळली. रामू तर हादरून जाऊन मालकाकडे बघतच बसला.

मालक पुन्हा कडाडला, ‘असे डोळे फाडून बघत काय बसलायस, मूर्खासारखा? चल, चालू लाग, आळशी कुठला!’ तो नोकर पाय लटपटत बाहेर पडला तो थेट मालकिणीच्या माहेरी जाऊन पोचला. तिथे जाऊन त्यानं तिच्या वडिलांना आणि भावांना घडलेली हकीकत सांगितली. म्हणाला, ‘महाराज, मी आता या आज्ञेचं पालन कसं करू, तुम्हीच सांगा. मला काहीच सुचत नाहीए. जर मी न्हाव्याला घेऊन गेलो नाही, तर मालक स्वत:च त्याला बोलावून आणतील आणि मालकिणबाईंचं केशवपन करतील. त्यांना या संकटातून कसं सोडवायचं?’ आता या माहेरच्या माणसांना जावयाचा संतापी स्वभाव चांगलाच माहिती झालेला होता. त्यामुळे तेही बिचारे घाबरून गेले. आता अशा समयी एका बिरबलावाचून दुसऱ्या कुणाचा आधार होता? त्यामुळे ते भाऊ धावतपळत बिरबलाकडे गेले आणि त्यांनी त्याला सगळी हकीकत सांगितली.

दिनवाणेपणानं ते म्हणाले, 'महाराज, कसंही करून आमच्या बहिणीला या संकटातून सोडवा हो. हा अनर्थ टाळा.'

बिरबलानं काही क्षण विचार केला आणि तो म्हणाला, 'हे पहा, मी तुम्हाला या संकटातून नक्की सोडवेन, पण मी म्हणेन तसं कराल का?' ते भाऊ म्हणाले, 'तुम्ही सांगून तर बघा महाराज.'

बिरबल म्हणाला, 'तुम्ही असं करा, अंतयात्रेचं सगळं सामान घ्या आणि तुमच्या जावयाच्या घरी जा. तिरडी बांधायला सुरुवात करा, तोपर्यंत मी पोचतोच तिकडे.'

भावांचा बिरबलावर विश्वास होता त्यामुळे त्यानं सांगितलेलं काम कितीही विचित्र असलं तरी त्यांनी त्यावर तात्काळ अंमलबाजावणी केली. इकडे बिरबलानं आपल्या सोबत पंधरा-वीस माणसांना घेतलं. त्या सर्वांना उघडं-बोडकं करून छाती पिटत रडायला सांगितलं आणि ती सगळी पलटण घेऊन तो त्या व्यापाऱ्याच्या घरी गेला.

बाहेर रडण्याचे आवाज का येतायत म्हणून तो व्यापारी घराच्या बाहेर आला. बघतो तर काय, त्याच्याच घरापुढे ही माणसं रडत होती. शिवाय समोरच एक तिरडीही बांधली जात होती. ते पाहून तो थक्कच झाला. तो जवळ जाऊन त्या लोकांना म्हणाला, ‘हे काय, इथे कोण मेलंय? माझ्या दरवाज्यापुढे तुम्ही लोकं का गोंधळ घालताय, आणि ही तिरडी कुणासाठी बांधताय?’

त्यावर बिरबल पुढे येऊन म्हणाला, ‘अहो, मीच सांगितलंय त्यांना तसं करायला. आमचा अगदी नाईलाजच आहे. हे पहा, हे तुमचे मेहुणेही आले आहेत, या रे, द्या ते विष यांना.’ बिरबलानं वळून भावांना सांगितलं. त्याबरोबर ते भाऊ पुढे आले आणि म्हणाले, ‘घ्या, ना, घ्या, हे विष घ्या.’ त्याबरोबर तो व्यापारी हबकलाच आणि संतापून म्हणाला, ‘विष? मी का विष घेऊ? हा काय प्रकार आहे सगळा? वेडबिड लागलंय की काय तुम्हाला?’ त्याबरोबर बिरबल म्हणाला, ‘नाही हो, वेड कशाला लागतंय?

आम्ही आपलं तुमच्याच आज्ञेचं पालन करतोय झालं.' त्या व्यापाऱ्याला तर काही कळेचना. तो चक्रावून म्हणाला, 'मी तुम्हाला विष आणायला सांगितलं? आणि तेही मला पाजायला? काय बोलताय मूर्खासारखं?

बिरबल महाराज, अहो निदान तुम्ही तरी असं वागाल असं वाटलं नव्हतं. मी कुणालाही विष आणायला सांगितलं नव्हतं.' बिरबल म्हणाला, 'अहो, नाही कसं? तुम्हीच तर रामूला न्हाव्याला घेऊन यायला सांगितलं ना? तुमच्या बायकोचं केशवपन करायला? आणि आपल्या हिंदू धर्मात नवरा मेल्याखेरीज बायकोचं केशवपन करता येत नाही. तेव्हा काही करून हे विष घ्याच, म्हणजे मग तुम्ही मराल आणि मगच तुमच्या त्या आज्ञेचं रामूला पालन करता येईल. आता वेळ घालवू नका. लवकर विष घ्या. एकदा तुम्ही मेलात की आम्हाला पुढचं सगळं क्रियाकर्म करणं सोपं जाईल.' आत्ता कुठे त्या व्यापाऱ्याच्या डोक्यात प्रकाश पडला.

संतापाच्या भरात आपण हे काय करून बसलो, ते त्याला उमगलं. आणि तो चांगलाच वरमला. बिरबलाच्या ते लक्षात आलं पण त्यानं तिकडे साफ दुर्लक्ष केलं आणि बरोबर आणलेल्या माणसांना म्हणाला, 'धरा रे याला, आणि बांधा तिरडीला. आम्ही त्याच्या घशात हे विष घालतो.' त्यासरशी ती माणसं पुढे झाली आणि व्यापाऱ्याच्या विरोधाला न जुमानता त्यांनी त्याला जबर्दस्तीनं उचललं आणि तिरडीवर झोपवलं. मग ती दोरीनं त्याला तिरडीला बांधायला लागली. आता मात्र व्यापाऱ्याचं उरलं सुरलं अवसान गळालं. तो चक्क रडायलाच लागला. म्हणाला, 'दया करा हो, माझं चुकलं. मी सगळ्यांची क्षमा मागतो. हवं तर माझ्या बायकोचे पायही धरतो. पण मला विष पाजू नका. मला अजून मरायचं नाहीए इतक्यात.' मग मात्र सगळ्यांनाच त्याची दया आली. बिरबलानं माणसांना खूण करून त्याला सोडायला सांगितलं. तो व्यापारी उठून बसला आणि मुसमुसत रडायला लागला. बिरबल त्याला म्हणाला, 'आता तरी हा संतापी स्वभाव सोडा.

स्वत:ला बदला. तुमच्या वागण्यानं इतरांना किती त्रास होतो याचा जरा विचार तरी करून पहा.' तो व्यापारी रडत रडतच म्हणाला, 'आजपासून मी सुधारेन स्वत:ला. कुणालाही तक्रार करायला वाव देणार नाही. पण या खेपेला मला क्षमा करा.'

मग ते भाऊही त्याला घेऊन आत गेले. त्यांनाही त्याची दया येत होती. आत गेल्यावर सगळ्यांच्या समक्ष त्यानं बायकोची माफी मागितली. पण त्यानंतर मात्र त्यानं स्वत:ला खरोखरच सुधारलं. तो इतका चांगला, समजूतदार आणि विनम्र झाला की हाच का तो असं लोकांना वाटायला लागलं. त्यानंतर मात्र त्याच्याकडचे नोकर त्याला कधीच सोडून गेले नाहीत आणि बायकोही आनंदानं त्याच्याबरोबर संसार करायला लागली.

पहारेकरी व्यापारी

एकदा व्यापारी दरबारात तक्रार घेऊन आले. म्हणाले, ‘सरकार, शहरात सध्या खूप चोऱ्या होत आहेत. चोरांचा सुळसुळाट झालाय अक्षरशः. आम्ही सगळेजण त्रासून गेलोय बघा. कसंही करून तुम्ही आम्हाला या संकटातून सोडवाच.’ पण दुर्दैवानं त्या दिवशी बादशहाची मनःस्थिती काही चांगली नव्हती. काहीतरी कारणावरून तो वैतागलेला होता. त्यातच या व्यापाऱ्यांनी आपल्या तक्रारी ऐकवल्यावर तर त्याचं डोकंच फिरलं. तो चिडून म्हणाला, ‘दिवसरात्र आम्ही तुमचेच खटले चालवतोय. इतर नागरिकांना काही समस्या आहेत की नाहीत? त्या कधी सोडवायच्या? विकासाची कामं कधी करायची? आणि या सामान्य जनतेच्या जिवावरच आपलं सरकार चालत असतं. ते बिचारे कर भरतात. आणि तुम्ही व्यापारी नफा कमवत ऐश करता. शिवाय सरकार तुमच्या संरक्षणासाठी भरमसाठ खर्च करून रक्षक नेमतं.

ते काही नाही. आजपासून तुमचं रक्षण तुम्हीच करा. एकतर तुम्ही पैसा खर्च करून पहारेकरी ठेवा, नाहीतर तुमचे तुम्ही पहारा द्या. नाही, मी तर म्हणतो, तुम्हीच पहारा द्या. कारण पहारेकरी ठेवायचे म्हणल्यावर, त्यांच्यावरचा खर्च वसूल करायला तुम्ही महागाई करणार. आणि पुन्हा गरीब जनतेला वेठीस धरणार. नकोच ते. आजपासून तुम्ही स्वतः पहारा द्या.'

बादशहाचा हा आगळावेगळा आदेश ऐकून व्यापाऱ्यांची धाबी दणाणली. काय करावं, ते कुणालाच सुचेना. पण करतात काय? बादशहाचा हुकूम मोडायची ताकद कुणाच्या अंगात होती? सगळेजण त्या रात्रीपासून पहारा द्यायला लागले. व्यापाऱ्यांनी गस्त घालायला सुरुवात केली खरी, पण त्यांना जागरणाचीही सवय नव्हती आणि शिवाय त्या बिचाऱ्यांना साधी लाठीसुद्धा चालवता येत नव्हती. एकदम एखादी चोरांची टोळी आली तर आपण प्रतिकार तरी कसा करणार आहोत, हेच त्यांना कळेना. पण चुपचाप रोज रात्री ते दुकानाबाहेर पहारा द्यायला लागले. सर्वसामान्य नागरीक त्यांची टिंगलटवाळी करायला लागले,

त्यांची टर उडवून त्यांना हसायला लागले. ही नामुष्की तर आणखीनच वेगळी होती. पण करतात काय? नाक मुठीत धरून पहारा द्यायला लागले. कसाबसा एक आठवडा गेला. त्यांना काहीच झेपत नव्हतं. तरीही त्यांनी पुढे आणखी काही दिवस रेटले. मग मात्र ते आजारी पडायला लागले. काही जण स्वतःच्या दुकानाबाहेरच जे झोपी जात ते दुसऱ्या दिवशी नोकर दुकान उघडण्यासाठी त्यांना उठवायचे तेव्हाच जागे व्हायचे. पण व्हायचं काय, व्यापाऱ्यांना रात्री झोप लागल्यावर चोर हळूच येऊन चोरी करून जात. म्हणजे एकंदरीत पहारा देण्याचा उपयोग शून्यच होत होता. या खेरीज व्यापाऱ्यांची झोप पूर्ण न झाल्यामुळे ते दिवसभर पेंगत रहायचे. दुकान उशीरा उघडायचे. संध्याकाळी लवकर बंद करायचे. कारण जेवण करून त्यांना पुन्हा पहारा देण्यासाठी दुकानाबाहेर हजर व्हायला लागायचं ना! मग नागरिकांचीही गैरसोय व्हायला लागली. मग तेही कुरकुर आणि तक्रारी करायला लागले.

होता होता एक दिवस असा आला की व्यापारी अगदी चिरडीला आहे. मग सगळे एकत्र झाले आणि विचाराअंती बिरबलाकडे जाऊन धडकले. आता बिरबलाला काय, हे सगळं माहीत नव्हतं असं थोडंच होतं? त्यामुळे तो त्यांची वाटच पहात होता. एक ना एक दिवस ही मंडळी आपल्याकडे येणार याची त्याला खात्री होती. त्यानं त्यांचं स्वागत केलं आणि त्यांचं सगळं म्हणणं ऐकून घेतलं.

तो म्हणाला, 'घाबरू नका आणि काळजीही करू नका. मी सांगतो तसं करा. उद्याच मी आणि बादशहा सलामत वेष पालटून शहराची पाहणी करायला बाहेर पडणार आहोत. तेव्हा उद्याच तुम्ही मी सांगतो ते करा.' असं म्हणून त्यानं आपली योजना त्यांना समजावून सांगितली. व्यापारी आनंदानं निघून गेले. आता आपला प्रश्न सुटणार अशी त्यांना खात्रीच होती. रात्र झाली. बादशहा आणि बिरबल शहराची पाहणी करायला बाहेर पडले. चालता चालता ते व्यापाऱ्यांच्या आळीत येऊन पोचले.

तिथे बिरबलानं सांगितल्याप्रमाणे व्यापाऱ्यांनी डोक्याची पागोटी काढून पायाला गुंडाळली होती. काठी उभी धरण्याच्या ऐवजी आडवी धरली होती. आणि एक हात कानावर धरून ते मोठ्यानं ओरडत होते, 'ऐका हो ऐका, आजचा बाजारभार ऐका. तांदूळ स्वस्त झाले. पण डाळी मात्र महागल्या आहेत. तेलाचा भाव कडाडला आहे. मीठाचे दाम पार खाली घसरले आहेत. गव्हाचे भाव दुप्पट झाले. नवा गूळ बाजारात आला आहे. सगळ्यात स्वस्त तांदूळच झाले आहेत. वर्षाचा तांदूळ भरून ठेवा हो ऽऽऽ...'

पहारा देण्याची ही चमत्कारिक पद्धत पाहून बादशहाला हसू आवरेचना. त्यानं व्यापाऱ्यांना थांबवलं आणि म्हणाला, 'अरे मूर्खांनो, पहारा कधी असा देतात का? धान्यांचे भाव कसले सांगताय वेडपटासारखे? होशियार... जागते रहो... असं म्हणायचं असतं. शिवाय काठी उभी धरायची असते.

आणि ही पागोटी अशी काय बांधली आहेत पायांना? किती अजागळ आहात तुम्ही? साधा पहारा देता येत नाही?'

त्यावर व्यापारी म्हणाले, 'आम्ही तरी काय करणार खाविंद? आम्हाला पहारा देताच येत नाही. आम्ही व्यापारी आहोत, आम्हाला व्यापारच करता येतो. आम्हाला धान्यांचे भाव फक्त कळतात, म्हणून आम्ही तेच ओरडून सांगतोय.' आत्ता कुठे बादशहाच्या लक्षात आलं, की आपण किती चुकीचा आदेश दिला होता. तो म्हणाला, 'खरं आहे, पहारेकरी ते पहारेकरी आणि व्यापारी ते व्यापारी. ज्यानं त्यानं आपलं आपलं काम करावं. ठीक आहे, उद्यापासून मी इथे नेहमीसारखे सैनिकच पहारा द्यायला तैनात करतो. तुम्ही तुमचा व्यापार करा. या असल्या पहारा देण्यानं फक्त चोरांचं फावेल, दुसरं काही नाही. जा आता घरी. सकाळ व्हायलाच आली आहे.'

व्यापाऱ्यांना काय, तेच हवं होतं. ते आनंदानं आपापल्या घरी गेले आणि नित्याप्रमाणे व्यापार करायला लागले. मग एके दिवशी सगळेजण बिरबलाचे आभार मानायला त्याच्या घरी गेले. प्रत्येकानं आपापल्या इच्छेप्रमाणे त्याच्यासाठी काहीतरी भेटवस्तू आणलेली होती.

बिरबल 'नको, नको,' म्हणत असतानाही कुणीही त्याचं न ऐकता त्याला आपापली भेट देऊन आभार मानून ते सगळे समाधानानं घरी निघून गेले.

मूर्खांशी कसं वागावं?

एकदा दरबारात 'गुरु' या व्यक्तीचं किती महत्व असतं यावर चर्चा चाललेली होती. अचानक बादशहानं बिरबलाला विचारलं, 'काय रे, बिरबल, तू इतका हुशार आणि चतुर आहेस, तर तुला शिक्षण देणारे गुरु किती महान असतील! मला त्यांना भेटायची खूप इच्छा आहे. भेटवशील का? कोण आहेत तुझे गुरु?'

आता अचानक आलेला हा प्रश्न ऐकून बिरबल गडबडूनच गेला. तो म्हणाला, 'सरकार, मी शास्त्रांचं अध्ययन वेगवेगळ्या पंडितांकडे केलेलं आहे. त्या सगळ्यांची भेट करून देऊ शकेन मी.' बादशहा म्हणाला, 'ते नाही रे, तुझ्यामध्ये जी हुशारी, हजरजबाबीपणा वगैरे आहे, ते शिकवणारे गुरु म्हणतोय मी.' आता मात्र बिरबल चांगलाच गोंधळून गेला.

कारण हे सगळे त्याच्यामधले उपजत गुण होते. ते त्याला कुणीही शिकवलेले नव्हते. त्यामुळे जर कुणी गुरुच नव्हते तर त्यांना आणायचं कुठून? बरं, बादशहा तर काही ऐकायलाच तयार नव्हता. शेवटी नाईलाजानं बिरबल म्हणाला, 'ठीक आहे, सरकार, मी घडवून आणेन तुमची भेट. पण माझे गुरु फारसे भेटत नाहीत कुणाला. मी पाहतो प्रयत्न करून. मला एक महिन्यांची मुदत दिलीत तर बरं होईल.' बादशहानं ती आनंदानं दिली. बिरबलानं घरी जाऊन बराच विचार केला. मग काहीच सुचेना, म्हणून तो परगावी आपल्या एका नातेवाईकांना भेटायला म्हणून गेला. बरेच दिवस भेट झाली नव्हती, त्यामुळे अनायसे मिळालेल्या सुट्टीत त्यानं हे काम उरकून टाकलं. परत येताना वाटेत त्याला भूक लागली म्हणून तो एका झाडाखाली बरोबर आणलेलं जेवण उघडून खायला बसला. तितक्यात एक शेतकरी तिथे आला आणि म्हणाला, 'काय पावणं, कुठं निघाली स्वारी? तुमचा वेष तर सरदारावाणी दिसतोया.

नाव तरी कळू देत आम्हा गरीबाला.' बिरबलनं स्वत:चं नाव सांगितल्यावर तो आदरानंच पहायला लागला त्याच्याकडे. कारण बिरबलाचं नाव माहीत नाही असा राज्यात माणूसच नव्हता. तो शेतकरी एकदम चपापला आणि म्हणाला, 'राम राम घ्यावा महाराज आमचा. बसा तुम्ही निवांत. मी तुमास्नी पाणी आणतो. आमच्या शेतातली काकडी तर खाऊन बघा वाईच.' असं म्हणून तो शेतकरी गायब झाला आणि थोड्या वेळानं पाणी, ताक आणि काकड्या, गाजरं घेऊन हजर झाला. त्यानं आग्रह करून बिरबलाला सगळं खायला-प्यायला लावलं. तो म्हणाला, 'चला, या निमित्तानं महाराजांचं दर्शन झालं आम्हाला. नाहीतरी आम्हा गरीबांना कशाला तुम्हा राजेरजवाड्यांचं दर्शन होतंय?' त्याच्याशी बोलता बोलता बिरबलाला अचानक एक युक्ती सुचली. तो म्हणाला, 'शेतकरी दादा, माझं एक काम करणार का?

केलंत तर मी तुम्हाला शंभर सुवर्णमुद्रा देईन शिवाय तुम्हाला बादशहाचं दर्शन घडवून आणेन.' तो शेतकरी अवाक होऊन बघतच बसला. इतके एकरकमी पैसे त्यानं आयुष्यात कधी बघितलेले नव्हते. वर आणि बादशहाचं दर्शन? तो तर हुरळूनच गेला गडी. म्हणाला, 'सांगा ना महाराज, काय बी सांगा. एका पायावर तयार हाय मी तुमचं काम करायला.' बिरबलनं त्याला योजना समजावून सांगितली. म्हणाला, 'हे पहा, मी देईन तो पोषाख घालून तुम्ही इथंच झाडाखाली बसायचं. मी बादशहाला घेऊन येईन, पण तुम्ही काहीही बोलायचं नाही. नुसतं माळ ओढत देवाचं नाव घेत बसायचं. बादशहानं तुमच्याशी कितीही बोलायचा प्रयत्न केला, पैसे आणि भेटवस्तू दिल्या तरी बोलायचं नाही आणि त्या पैशाकडे ढुंकूनही पहायचं नाही. जर बोललात तर याद राखा, तुम्हाला मी तुरुंगात डांबेन.

आणि मी सांगतो तसं चुपचाप केलंत तर मी तुम्हाला शंभर सोन्याच्या मुद्रा तर देईनच शिवाय बादशहा तुमच्यापुढे जे काही ठेवेल तेही सगळं घेऊ देईन. कबूल आहे का तुम्हाला?' शेतकरी म्हणाला, 'व्हय, व्हय, कबूल हाय.' मग बिरबलानं शेतकऱ्याला कुठूनतरी बैराग्याचा पोषाख आणून दिला. माळही दिली.

दुसऱ्या दिवशी तो बादशहाला घेऊन तिथे आला. ठरल्याप्रमाणे शेतकरी तिथे बैरागी बनून बसलेला होताच. बिरबलानं आधीच बादशहाला सांगून ठेवलेलं होतं, 'सरकार, माझे गुरु फार रागीट आहेत. त्यांच्याशी नम्रपणे बोला. शिवाय ते एकदोन दिवसात हिमायलात निघून जाणार आहेत. त्यामुळे त्यांना राहण्याचा आग्रहही करू नका. त्यांचा एकदा कोप झाला की मग फार पंचाईत होते.' बादशहा म्हणाला, 'तू काही काळजी करू नकोस, मी त्यांना राग येईल असं मुळीच वागणार नाही.'

त्यामुळे बादशहा त्या गुरुंना पाहून विनम्रपणे पुढे झाला. त्यानं त्यांच्यापुढे भरपूर पैसे, फळं आणि मिठाया ठेवल्या. काही भेटवस्तूही ठेवल्या. पण शेतकऱ्यानं तिकडे ढुंकूनही पाहिलं नाही. तो आपला चुपचाप जप करत राहिला. मग काही वेळ वाट पाहिल्यावर बादशहा कंटाळला. म्हणाला, 'गुरुमहाराज, हिंदुस्थानचा बादशहा आपल्या भेटीला आला आहे, आपल्याला तो नमस्कार करत आहे.'

तरीही शेतकरी काही बोलेना. आता मात्र बादशहा मनातून चांगलाच नाराज झाला होता. पण करतो काय, बिरबलाला त्यानं वचन दिलेलं होतं ना, गुरुंना राग येईल असं काही न करण्याचं! म्हणून मग तो चुपचाप उठून निघून आला आणि राजवाड्याकडे परतला. पण मनात तो धुमसतच होता अपमानानं. त्याच्या मनात आलं, 'हा कसला आलाय गुरु? हा तर मूर्खच दिसतोय. एवढा बादशहा विनम्रपणे झुकतोय त्याच्यासमोर तरी त्याला काहीच पर्वा नाहीए त्याची. मूर्ख कुठला!'

पण आता हे बिरबलाला कसं सांगायचं सगळं? म्हणून तो आडवळणानं म्हणाला, 'काय रे बिरबल, आपल्याला कुणी मूर्ख माणूस भेटला तर काय करावं? त्यांच्याशी कसं वागावं?'

बिरबल म्हणाला, ‘काहीच करू नये, गप्प बसावं.’ हे उत्तर ऐकून बादशहा चपापला. त्याच्या मनात आलं, ‘बहुधा बिरबलाच्या गुरुंना आपण मूर्ख वाटलो असू. म्हणूनच ते काही बोलले नाहीत वाटतं आपल्याशी.’ बिरबल बादशहाचा चेहरा वाचत होता. त्याच्या मनात काय चाललं असावं हे त्याच्या ताबडतोब लक्षात आलं. तो काहीच न कळल्याचा आव आणून म्हणाला, ‘मग काय सरकार, माझे गुरु कसे वाटले तुम्हाला?’ बादशहा म्हणाला, ‘ते ना? फारच महान, प्रश्नच नाही, फारच महान आहेत ते. जसा चेला तसेच गुरु.’ बिरबल गालातल्या गालात हसला. त्यानंतर बादशहानं बिरबलाच्या गुरुंचा विषय कधीही काढला नाही. मधल्या मध्ये तो शेतकरी मात्र मालामाल झाला.

गाढवाचा मेंदू

अकबराच्या दरबारात विविध प्रकारचे कलावंत येऊन आपापली कला सादर करून घसघशीत इनाम मिळवायचे. कधी काही विद्वान पंडित येऊन आपल्या पांडित्याचं प्रदर्शन करायचे. बादशहा सर्वांची कदर करत असे. त्याचप्रमाणे काही खुशमस्करेही होते. तेही बादशहाकडे येऊन त्याची करमणूक करायचे. पण त्यात एकजण मात्र असा होता की त्याच्यात कोणतीच कला नव्हती. त्यामुळे तो चक्क थापा मारत असे.

तो नेहमी काही दिवसांच्या अंतरानं बादशहाच्या दरबारात यायचा. आणि बादशहाला म्हणायचा, 'हुजूर, मी नुकताच इराणला गेलो होतो. तिकडच्या गंमती जमती सांगू का?' असं म्हणून काहीतरी थापा मारून बादशहाकडून पैसे उकळायचा.

आता खरं म्हणजे, तो खोटं बोलतोय हे सगळ्यांना समजत असायचं. एकदा कुणीतरी त्याला विचारलं, 'पण तू इतक्या दूरच्या देशात कशाला गेला होतास? आणि परवडलं बरं तुला तिकडे जायला!' तो म्हणाला, 'अहो, मी एका व्यापाऱ्याकडे नोकरी करतो ना, तोच मला त्याच्यासोबत घेऊन जातो. त्यामुळे मला गरीबाला चार देश हिंडून बघायची संधी तरी मिळते.'

बिरबलानं कितीतरी वेळा बादशहाच्या लक्षात आणून दिलं होतं, 'अहो, सरकार, हा चक्क थापाड्या आहे. एक नंबरचा बंडलबाज आहे. मी त्याची सगळी माहिती काढली आहे. हा रिकामटेकडा गावभर फिरत असतो. कुठेही नोकरी किंवा कामधंदा करत नाही. तुम्ही उगीचच त्याला इतके पैसे देता.'

त्यावर बादशहा म्हणायचा, 'जाऊ दे रे, जरा करमणूक तरी होते त्याचा मूर्खपणा ऐकून. कदाचित गरीबीमुळे तसं वागत असेल तो.' पण बिरबलाला काही ते पटायचं नाही. त्यानं त्या माणसाला निरोप पाठवून बोलावून घेतलं आणि म्हणाला, 'तुला नोकरी देऊ का चांगली? काम कर आणि घामाचा पैसा मिळव. अशा थापा मारत फिरणं बरं नाही.' त्यावर त्यानं अतिशय उर्मटपणे उत्तर दिलं, 'खाविंद स्वतःच मला बसल्या जागी इतके पैसे देत असताना, उगीच कष्ट करून नोकरी करायला मी काय मूर्ख आहे का? मी बादशहाचा लाडका आहे हे बहुधा लोकांना बघवत नाही वाटतं!' हे आगाऊपणाचं उत्तर ऐकून बिरबल चांगलाच संतापला. पण त्यानं कोणतीही प्रतिक्रिया दिली नाही. मनात मात्र पक्की खूणगाठ बांधली की याला एक ना एक दिवस चांगली अद्दल घडवायचीच. त्यानुसार तशी संधी चालून आलीही.

एक दिवस तो बंडलबाज दरबारात आला होता. नेहमीप्रमाणेच त्यानं बाता मारायला सुरुवात केली, ‘खाविंद, अहो, मी नुकताच एका खूप लांबच्या देशात जाऊन आलो. तिथं आम्ही राहिलो होतो त्या ठिकाणी एका श्रीमंत व्यापाऱ्याचा मृत्यू झाला. आम्हाला वाटलं की आता स्वाभाविकच त्याला अंतिम संस्कारांसाठी स्मशानात घेऊन जाणार वाटतं. पण कुठलं काय! त्या व्यापाऱ्याच्या घरच्या लोकांनी एका हकीमाला बोलावून आणलं. त्यानं तर कमालच केली. आम्ही तर आश्चर्यानं बोटंच तोंडात घातली.’ असं म्हणून तो मोठ्या बढाईखोरपणे इकडे तिकडे बघायला लागला. सगळेजण आपल्याकडेच कुतुहलानं पाहतायत असं पाहून त्याला आणखी जोर चढला.

तो पुढे सांगायला लागला, 'त्या हकीमानं व्यापाऱ्याचं डोकं कापून त्याचा मेंदू बाहेर काढला आणि त्या जागी चक्क एका प्राण्याचा मेंदू भरून त्याला जिवंत केलं.' त्यावर दरबारी म्हणाले, 'छे काहीतरीच. असं होणंच शक्य नाही.' तर तो बंडलबाज म्हणाला, 'खाविंद, मी शप्पथ घेऊन सांगतो. आम्हालाही ते खरं वाटलं नव्हतं. म्हणून आम्ही चौकशी केली. तर म्हणे तिकडे तशी प्रथाच आहे, माणूस मेला की वेगवेगळ्या प्राण्यांचे मेंदू त्यांच्या डोक्यांमध्ये शिवतात आणि त्यांना जिवंत करतात. त्यामुळे तिकडची माणसं शेकडो वर्षं जगतात.' आता मात्र बादशहाही वैतागला. म्हणाला, 'अरे तू तरी कमालच करतोस. खोटं किती बोलावं यालाही एक मर्यादा असते. आजवर आम्ही आपले दुर्लक्ष करत आलो, पण तू तर गैरफायदाच घेत चालला आहेस.

काय वाट्टेल ते बरळतोयस. असं कधी कुठे घडतं का? अशी कधी माणसं जिवंत होतात का? मूर्ख कुठला!'

त्यावर बिरबल म्हणाला, 'खाविंद, हा माणूस या खेपेला खरंच बोलतोय.' बादशहा म्हणाला, 'बिरबल, अरे तूही विश्वास ठेवायला लागलास का याच्या भाकडकथांवर?' बिरबल म्हणाला, 'नाही सरकार, ही भाकडकथा नाहीए. अहो, खुद्द या बंडलबाज माणसाचंच उदाहरण घ्या. याच्या डोक्यात गाढवाचा मेंदू भरलेला आहे. हे तरी तुम्ही मान्य कराल की नाही?' त्याबरोबर बादशहा आणि सगळे दरबारी पोट धरून हसायला लागले.

ते ऐकून बंडलबाज इतका लाजला, की त्याला तोंड वर काढायलाही जमेना. शेवटी त्यानं मुकाट्यानं तिथून काढता पाय घेतला. त्यानंतर मात्र तो कधीही दरबारात बंडला फेकायला आला नाही. फार काय, थोड्या दिवसांनी तो कुठेतरी छोटीशी नोकरी करायला लागल्याचीही बिरबलाला बातमी कळली. बिरबल मनात म्हणाला, 'चला, उशीरा का होईना, सुधारला म्हणायचा!'

फक्त चार बोटं

बिरबलाचं बुद्धिचातुर्य पाहून खरं तर अकबर आधीपासूनच त्याच्यावर खुश होता. म्हणून तर त्यानं त्याला दिल्ली दरबारी बोलावून घेतलं होतं आणि त्याची सन्मानपूर्वक आपला वजीर म्हणून नेमणूक केली होती. पण वर्षानुवर्ष जे सरदार दरबारात मानानं बसत होते, त्यांना काही ते आवडलं नव्हतं. मनातून त्यांना वाटत होतं, ‘‘हा काल आलेला पोरगा, त्यातून खेडेगावातला... आमच्यासारख्या हुशार, खानदानी लोकांना डावलून याला वजीर करायला नको होतं, खाविंदांनी.’’

मग ते सतत त्याची परीक्षा पाहून त्याला नमवायचे बेत आखत असत. एकदा धीर करून त्यांच्यापैकी एकजणानं विचारलं, ‘‘माफ करा आलमपन्हा, तुम्ही या बिरबलाला वजीर म्हणून नेमलंय खरं, पण त्याला न्यायनिवाडाही करावा लागेल, त्याचं काय? त्याची तशी योग्यता आहे की नाही, हे कुठे आपल्याला माहीत आहे?’’

बादशहा म्हणाला, "खरं आहे तुमचं म्हणणं. दरबाराच्या नियमांप्रमाणे मुख्य वजीराला न्यायदानही करावं लागतं. पण बिरबल ते उत्तम करू शकेल अशी माझी खात्री आहे."

त्यावर दुसरा सरदार म्हणाला, "तरीपण खाविंद, आपण नीट तपासून पाहिलं बिरबल पाहिजे, की त्याला निदान खरं-खोटं यातला फरक तरी ओळखता येतो की नाही!" बादशहा मान डोलावत म्हणाला, 'बिलकुल दुरुस्त कहा आप ने. आपण त्यालाच विचारुया,' असं म्हणून बादशहा बिरबलाकडे वळला आणि म्हणाला,'काय रे बिरबल, खरं आणि खोटं यात किती अंतर आहे, हे तुला सांगता येईल का?"

त्यावर क्षणाचाही वेळ न घालवता बिरबल ताडकन म्हणाला, ''नक्कीच सांगता येईल, हुजूर.

त्यात काहीच अवघड नाही; खरं आणि खोटं यात फक्त चार बोटांचं अंतर आहे.'' बादशहा आणि सगळे सरदार अवाकच झाले. बादशहा म्हणाला, ''म्हणजे? आणि तुला हे कुणी सांगितलं?'' बिरबल हसून म्हणाला, ''कुणी सांगायला कशाला हवं सरकार? आपलं आपल्यालाच आजमावता येण्यासारखं सत्य आहे हे. हे पहा,'' असं म्हणून त्यानं आपले डोळे आणि कान यांच्यामध्ये हाताची चार बोटं ठेवली. मग पुढे म्हणाला, ''सरकार, आपले डोळे आणि कान यांच्यामध्ये चार बोटांचं अंतर असतं. आपण प्रत्यक्ष डोळ्यांनी पाहतो ते खरं असतं, आणि कानांनी ऐकतो, ते खरं असेलच असं काही सांगता येत नाही, बऱ्याचदा ते खोटंच असतं. याचा स्पष्ट अर्थ असा झाला, की खरं आणि खोटं यात चार बोटांचं अंतर असतं.''

बिरबलाचं ते तर्कशास्त्र बादशहाला इतकं आवडलं की त्यानं त्याची तोंड भरून स्तुती केली. इतर सरदारही बिरबलाचं म्हणणं खोडून काढू शकले नाहीत. त्यामुळे ते सगळे गप्प बसून राहिले.

सर्वांवर एक नजर फिरवून बादशहा म्हणाला, ''बिरबल, आता कुणाच्या मनात काही शंका असायचं काही कारण असेल असं मला वाटत नाही. त्यामुळे मी केलेली निवड बरोबर आहे. मुख्य वजीर म्हणून सर्व प्रकारच्या जबाबदाऱ्या पार पाडायला तू नक्कीच योग्य आहेस.'' मंदपणे हसत बिरबलानं मान डोलावली.

पौर्णिमेचा चंद्र

बिरबलाचं चातुर्य केवळ दिल्लीपुरतंच मर्यादित नव्हतं. त्याची कीर्ति संपूर्ण भारतभर पसरलेली होती. शिवाय बाहेरच्या देशातून व्यापारनिमित्त लोक येत जात असत, त्यांच्याकडून ती कर्णोपकर्णी होत होत सगळ्या जगभर जाऊन पोहोचलेली होती. त्यामुळे बिरबलाला हिंदुस्थानातलेच नव्हे तर देशोदेशीचे राजे रजवाडे आपल्याकडे पाहुणचारासाठी बोलावून घेत असत. त्याच्या हुशारीची परीक्षा पाहात आणि आनंदित होऊन त्याचा सत्कार करत असत.

असाच एकदा बिरबल अरबस्तानात तिथल्या बादशहाचा पाहुणचार घेत होता. नेहमीप्रमाणेच त्याच्यासाठी फक्त दरबारातच नाही तर स्थानिक सरदारांच्या घरीही मेजवान्या आयोजित केलेल्या असत. त्याचा सहवास मिळावा म्हणून लोक धडपडत असायचे. बादशहांनीही त्याच्यासाठी नृत्य आणि गायनाचे कार्यक्रम आयोजित केलेले होते.

आपल्याकडचे वैभव आणि संपत्ती यांचं बिरबलापुढे पुरेपूर प्रदर्शन करण्याची जणू काही चढाओढच लागलेली होती. बिरबल सर्व गोष्टींचा आनंदानं आस्वाद घेत होता. जागोजागी त्याचा मानसन्मानही राखला जात होता. बिरबल वरकरणी कितीही आनंदानं वावरत असला, तरी मनातल्या मनात तो सदैव जागरूक असायचा. एक तर त्याच्या स्वत:च्या जिवितालाही धोका होऊ शकला असता. आणि दुसरं म्हणजे आपल्या बादशहाचा कुठेही अपमान होऊ नये, याची त्याला सतत काळजी घ्यावी लागायची. होता-होता, बिरबलाच्या जाण्याचा दिवस जवळ आला. मग तिथल्या बादशहानं त्याच्यासाठी जंगी मेजवानी ठेवली. अरबस्तानातले झाडून सगळे विद्वान तिथे आले होते. सर्वांनीच बिरबलाशी चर्चा करून अनेक विषयांवर त्याची मतं जाणून घेतली. सगळेजणच खूप प्रभावित झालेले होते. निघण्यापूर्वी अचानक तिथल्या बादशहानं बिरबलाला प्रश्न विचारला, “काय रे बिरबल, आजवर तू इतक्या ठिकाणी फिरला आहेस, पण तुला

माझ्यासारखा पराक्रमी आणि प्रजाहितदक्ष राजा दुसरा कुणी आढळला का?'' त्यावर बिरबल पटकन म्हणाला, ''अजिबात नाही सरकार. तुमच्यासारखे तुम्हीच. इतर राजांशी तुमची तुलनाच होऊ शकत नाही. तुम्ही म्हणजे प्रत्यक्ष पौर्णिमेचा पूर्ण चंद्र आहात.''

हे ऐकून बादशहा प्रचंड आनंदित झाला. मग त्यानं विचारलं, ''इतर राजांचं ठीक आहे रे, पण प्रत्यक्ष तुझ्या स्वतःच्या बादशहाचं काय? त्यांच्याबद्दल तू काय बोलशील?''

बिरबल क्षणाचाही विचार न करता म्हणाला, ''सरकार, आपल्यापुढे ते तर द्वितियेची चंद्रकोर आहेत.'' हे उत्तर ऐकताच तिथला बादशहा असा काही खुश झालाय म्हणता बिरबलावर, की ज्याचं नाव ते! त्यानं बिरबलावर भेटवस्तूंचा वर्षाव केला अगदी. आणि त्याची सन्मानानं पाठवणी केली. मजल-दरमजल करत बिरबल काही दिवसांनी मायदेशी पोहोचला. पुरेशी विश्रांती घेऊन बिरबल दुसऱ्या दिवशी दरबारात हजर झाला.

पण दरम्यान, त्याच्या सोबत गेलेल्या काही सैनिकांना पकडून दरबारातल्या इतर सरदारांनी काही माहिती काढून घेतली होती. त्यात त्यांना कळलं होतं की बिरबलानं आपल्या बादशहाला द्वितियेची चंद्रकोर ठरवलं. झालं. त्या सरदारांना निमित्त मिळालं. लगेच त्यांनी बादशहाचे कान भरले. बादशहा ते ऐकून चांगलाच नाराज झाला. ते पाहून सरदारांना आनंदाच्या उकळ्या फुटायला लागल्या. त्यांना वाटलं, चला, आता तरी बिरबलाचा काटा निघेल. बादशहा त्याला जबर शिक्षा करेल. त्यामुळे बिरबल दरबारात आला तेव्हा सगळेजण सरसावून बसले. आता काय गंमत पाहायला मिळते याची प्रत्येकाला उत्कंठा वाटायला लागली होती.

बिरबल इतका हुशार होता की सरदारांचे विनाकारण आनंदी दिसणारे चेहरे, आणि बादशहाचा थंड प्रतिसाद पाहूनच त्याला परिस्थितीचा अंदाज आलेला होता.

एरवी बिरबल नसला की बादशहाला मुळीच करमायचं नाही. आणि मग तो भेटला की त्याला प्रचंड आनंद व्हायचा. आज इतक्या दिवसांनी भेटल्यावरही बादशहाची कळी खुललेली नाही हे पाहून बिरबलानं शांतपणे त्याला आदरपूर्वक लांबून सलाम केला आणि तो आपल्या स्थानावर जाऊन बसला. बादशहानं कोरडेपणानं त्याला प्रवास कसा झाला वगैरे विचारलं. बिरबलानं त्याच्या प्रश्नांची उत्तरं दिली. शेवटी न राहवून बादशहानं त्याला विचारलंच, ''काय रे बिरबल, तिकडच्या बादशहानं तुझा माझ्यापेक्षा जास्त मानसन्मान केला का? म्हणून तू त्याला पौर्णिमेच्या चंद्राची उपमा दिलीस? आणि मी मात्र तुला द्वितियेची चंद्रकोर वाटतो का?''

ते ऐकताच बादशहाच्या नाराजीचं कारण आत्ता कुठे बिरबलाच्या लक्षात आलं. सरदार मंडळी इतकी आनंदानं काय पाहताहेत तेही कळलं. तो गालातल्या गालात हसला आणि म्हणाला, ''खाविंद, कुणी मला कितीही सन्मान देऊ केला, तरी मला तुम्ही द्याल ती प्रतिष्ठाच जास्त प्रिय आहे.

म्हणून तर मी आपल्याला द्वितियेची चंद्रकोर म्हणालो. कारण द्वितियेची चंद्रकोर रोज वाढत जाते, त्याप्रमाणे तुमचे वैभव आणि कीर्ति पण वाढत जाणार आहे.

पण त्याउलट, पौर्णिमेचा चंद्र मात्र कमी कमी होत त्याचं तेज फिकट होतं.

तसं तिकडच्या बादशहाचं वैभव उतरणीला लागणार असल्यामुळे मी त्यांना पौर्णिमेच्या चंद्राची उपमा दिली.'' ते ऐकून बादशहाची नाराजी कुठल्या कुठे पळाली. त्याचा प्रसन्न चेहरा पाहून बिरबल पुढे म्हणाला, ''सरकार, तुम्हीच पहा ना, पौर्णिमेच्या चंद्रापेक्षा सर्व धर्मातील लोकांना द्वितियेची चंद्रकोरच जास्त पूजनीय वाटते. तुमच्या धर्मात तिला केवढं महत्व आहे! आणि आमच्याही भगवान शंकरांनी तिला कपाळावर धारण केलेलं आहे. त्यामुळे मी तुम्हाला द्वितियेची चंद्रकोर म्हणून तुमचा मान वाढवलेलाच आहे, तुम्हाला अपमानित कसं करेन मी हुजूर?'' बादशहा ते ऐकून चांगलाच भारावला. म्हणाला, ''नाही, नाही, तसं म्हणायचं नव्हतं मला.

पण तू असं चटकन न कळणारं काहीतरी का बोललास? स्पष्टपणे माझी स्तुती का केली नाहीस?''

त्यावर बिरबल विनम्रपणे म्हणाला, ''सरकार, मी परक्या देशात मूठभर सैनिकांसोबत एकटा होतो. तिथल्या राजाचा पाहुणचार घेत होतो. असं असताना मी जर सरळ सरळ तिथल्या राजाला तुमच्यापेक्षा कमी ठरवलं असतं, तर माझी मानच कापण्यात आली असती. मला तेही घडायला नको होतं आणि तुमची बदनामीपण व्हायला नको होती. म्हणून मी गूढभाषेत बोललो. पण त्याचा परिणाम चांगला झाला, हे काही आता वेगळं सांगायलाच नको, नाही का? तिकडच्या राजानं मला दिलेला मान आणि तुमच्यासाठी भरभरून दिलेले नजराणे यातूनच कळतंय जे काय कळायचं ते.'' बादशहानं ते मोकळ्या मनानं मान्य केलं. आणि आपल्या गळ्यातला मौल्यवान रत्नहार बिरबलाला भेट दिला. म्हणाला, ''माझी आणि आपल्या देशाची शान राखलीस बिरबल, धन्य आहेस तू. मला तुझा अभिमान वाटतो.'' हे सगळं पाहून गंमत पाहायला बसलेल्या सरदारांची तोंडं मात्र आंबट झाली.

चिडक्या सैनिकाचा उपयोग

एका धर्मशाळेत एक सैनिक उतरला होता. हा सैनिक स्वभावानं अतिशय माथेफिरू आणि चक्रम होता. त्याच्या स्वभावामुळे तो कुठल्याच नोकरीत टिकत नसे. रोज उठून कुणा ना कुणाशी तरी याचं वाजायचंच. भांडणं, मारामाऱ्या आणि रोजच्या कटकटींना कंटाळलेल्या त्याच्या आईवडिलांनी त्याला एके दिवशी घरातून हाकलून दिलं. म्हणाले, ''अरे, आम्हाला वाटलं होतं की तू आमची म्हातारपणाची काठी होशील, पण तू तर रोज उठून आमच्या टाळक्यातच काठ्या हाणतोयस. एकतर तुला फुकटचं पोसायचं, आणि वर हा नसता ताप. आता आम्ही तरी तुला कुठवर पुरणार? तुझी तू वाट धर आपली. जमेल तिथे नोकरी कर आणि जमेल तसा रहा. आम्हाला छळायला येऊ नकोस पुन्हा इथं.'' झालं. सैनिकाचं टाळकच सटकलं.

आईवडिलांवर गुरगुरत म्हणाला, ''बरं, बरं, हा निघालो मी. आयुष्यात पुन्हा कधी तुमचं तोंडही पाहणार नाही.'' आणि ताड-ताड ढांगा टाकत घरातून निघून गेला. तसा तो होता सडाफटिंगच. कारण असल्या आग्या वेताळाला आपली मुलगी तरी कोण देणार? त्यामुळे त्याचं लग्नही झालेलं नव्हतं. मग त्याची फिरती सुरू झाली. आज या राज्यात, उद्या त्या राज्यात. पण नवीन काही नाही. कुठलीच नोकरी टिकली नाही. शेवटी त्यानं ठरवलं की तडक दिल्लीच्या बादशहाकडेच जावं. म्हणून तो दिल्लीत आला. तेथे आल्यावर एका धर्मशाळेत उतरला. तिथे आणखीही काही वाटसरू आले होते. त्यात एक म्हातारे आजोबा आणि त्याची बायको नि मुलगाही होते. आजोबांना जुनाट दम्याचा त्रास होता. दिल्लीतल्या एका नामांकित वैद्याचं नाव ऐकून उपचार घ्यायला आले होते. ते सारखे खोकत असत. त्या आवाजानं सैनिकाची सारखी झोपमोड व्हायची.

शेवटी सहन न होऊन तो ताडकन उठला आणि त्या कुटुंबाकडे जाऊन म्हणाला, "ओ, सांगा जरा तुमच्या त्या थेरड्याला खोकून-खोकून स्वत:बरोबर आमचा पण जीव काढतोय नुसता. आता थोबाड बंद कर म्हणावं. नाहीतर बेट्याची काही खैर नाही."

त्याचा तो एकंदरीत रागीट अवतार बघून ती तिघंजण घाबरली. म्हातारे आजोबा तोंडावर हात घेऊन हळू हळू खोकायला लागले. पण एकदा मात्र त्यांना अशी काही खोकल्याची जबरदस्त उबळ आली की त्यांना ती थांबवेचना. डोळे पांढरे होईपर्यंत बिचारे खोकले आणि शेवटी कसेबसे थकून आडवे झाले. पण तिकडे सैनिकाची झोप आता पुरती उडाली होती. तो तलवार उगारून धावत आला आणि ओरडला, "अरे ए, म्हातारड्या, तुला काय सांगितलं होतं मी? टकल्यात काही शिरतंय की नाही तुझ्या? पुन्हा माझी झोपमोड केलीस? थांब तुला चांगली अद्दलच घडवतो." असं म्हणून त्यानं तलवारीच्या एका घावासरशी त्या आजोबांची मान धडावेगळी केली. तिथे रक्ताचा सडा पडला अक्षरश:. ते दृश्य पाहून तिथे असलेल्या लोकांची पाचावर धारण बसली.

त्या आजोबांची वृद्ध बायको तर बेशुद्धच पडली. लोकांनी आरडाओरडा करून बादशहाच्या सैनिकांना बोलावून आणलं. त्यांनी त्या रागीट सैनिकाला पकडून दरबारात हजर केलं.

धर्मशाळेतली सगळी हकीकत ऐकून दरबारात प्रत्येकजण अवाकच झाला अक्षरश:. बादशहा पण रागावला आणि त्याला वाईटही वाटलं होतं. तो म्हणाला, ''अरे, तू सैनिक आहेस ना? निरपराध प्रजेचं रक्षण करणं हे तुझं काम आहे खरं तर. पण ते सोडून तू त्या निरपराध आजोबांचा बळी घेतलास? का केलंस असं?''

त्यावर तो सैनिक उर्मटपणे म्हणाला, ''निरपराध कुठला आलाय? चांगला वात आणला होता त्या थेरड्यानं. काम नाही, न धाम नाही, उगीच आपलं पिडायचं लोकांना. ही सगळी म्हातारडी माणसं असलीच असतात. चांगलाच अनुभव आहे मला. म्हणून तर चांगला धडा शिकवला मी त्याला.''आपल्या हातून एक खून घडला याचं तर त्याला काही वाईट वाटलेलंच नव्हतं, वरती आणि

त्याचा आगाऊपणा पाहून बादशहा चिडला. त्यानं सरदारांना विचारलं, "याला काय शिक्षा द्यावी तुमच्या मते?"

सगळ्यांनी एकमुखानं सांगितलं, "फाशी. याला फाशीखेरीज दुसरी शिक्षा असूच शकत नाही." पण बिरबल मात्र काही न बोलता घडला सगळा प्रकार पाहात आणि ऐकत शांतपणे बसून होता. बादशहानं त्याला विचारलं, "काय रे, तू काही का बोलत नाहीस? तुझं काय मत आहे?"

बिरबल म्हणाला, "सरकार, माझं मत असं आहे, की याला कोणतीच शिक्षा करू नये. उलट त्याला चांगली बडदास्त ठेवून मजेत जगू द्यावं, मात्र त्याला सुटं सोडू नये. बंदोबस्तात ठेवावं." हे उत्तर ऐकताच बादशहा आणि सगळे दरबारी थक्कच झाले. सरदार मंडळींना वाटलं, "या बिरबलाचं डोकं फिरलेलं दिसतंय. बरी संधी आहे. आता बादशहा याच्यावर चिडेल आणि यालाही जबरदस्त शिक्षा देईल."

तिकडे बादशहाला मात्र मनातून माहीत होतं की बिरबल विनाकारण कधीच काही बोलत नाही.

त्यामुळे त्यानं त्याला कुतूहलानं विचारलं, ''असं का म्हणतोस बिरबल? अरे, यानं खून केल्याचं पाहणारे साक्षीदार हजर आहेत, इतकंच नव्हे तर की त्याला खरं तर फाशीहून कमी शिक्षा देणंही अयोग्य ठरेल. असं असताना तू शिक्षा तर दूरच, उलट याला मजेत जगायची सूट द्यावी असं का म्हणतोयस? हा न्याय जगावेगळा आहे.'' बिरबल म्हणाला, ''सरकार, न्याय जगावेगळा आहे हे मान्य आहे, पण आरोपीही जगावेगळाच आहे. मला असं वाटतं, की याबाबत घाईनं निर्णय घेऊ नये.''

बादशहाला काही ते पटत नव्हतं, पण त्यानं बिरबलाचं म्हणणं मान्य केलं. त्यानं आदेश दिला, ''या सैनिकाला कोठडीत ठेवा, पण त्याची चांगली बडदास्त ठेवा. त्याच्याबाबतचा निर्णय काही दिवसांनी घेण्यात येईल.'' सगळे लोक आश्चर्य करत दरबारातून निघून गेले. संध्याकाळी यमुनातीरी फिरताना बादशहानं विचारलं, ''बिरबल, आता तरी सांग, की तुझा असा न्याय देण्यामागे काय हेतू होता?''

बिरबल हसून म्हणाला, ''खरं सांगू सरकार, आत्ता या क्षणी मलाही त्या सैनिकाबाबत काय करावं ते कळत नाहीए, पण तो आहे जरा वेगळाच.

त्यामुळे त्याचा आपण काहीतरी उपयोग करून घ्यावा असं वाटतंय. प्रत्येक गोष्टीचा काही ना काही तरी उपयोग असतोच. याचाही असेलच. पाहू जरा थांबून पुढं काय घडतं ते.''

बादशहाला तरी ते सगळं अजूनही कोडंच वाटत होतं. पण त्याचा बिरबलावर विश्वास होता, त्यामुळे तो गप्प राहिला. काही दिवस असेच गेले. तिकडे तो सैनिक जास्तच उर्मट होत चालला होता दिवसेंदिवस. दरम्यान बिरबलानं गुप्तचरांमार्फत त्याची सगळी माहिती मिळवली होती. गुप्तचरांकडून त्याला आणखीही एक बातमी नुकतीच कळलेली होती.

शेजारच्या देशातल्या एका बादशहानं आपलं तमाम सैन्य घेऊन दिल्लीवर स्वारी करायचं ठरवलं होतं. आपलं प्रचंड मोठं सैन्य घेऊन तो चुपचाप सरहद्दीवर दाखलही झाला होता.

त्या बादशहानं दुसऱ्या दिवशी आपला दूत अकबराच्या दरबारी पाठवला. त्यानं त्याच्या बादशहाचा निरोप ऐकवला, ''आमचे बादशहा सलामत म्हणतात की बऱ्या बोलानं आम्हाला शरण या. अकबरानं स्वत: प्रचंड मोठी

संपत्ती घेऊन बिरबलासह हजर व्हावं आणि खंडणीसोबत बिरबलालाही आमच्या हवाली करावं. आमच्या दरबारात बिरबलाची जास्त गरज आहे. नाही तर आम्ही दिल्लीत घुसून जाळपोळ करू, आणि दिल्ली पुरती लुटू.''

अकबर बादशहा काळजीतच पडला. त्यानं बिरबलाला सल्ला विचारला. बिरबल म्हणाला, ''सरकार, वेळ फार नाजूक आहे. आपण चांगलेच कात्रीत सापडलेलो आहोत. आत्ता या क्षणी शक्तीपेक्षा युक्तीच कामी येऊ शकेल.'' मग शत्रू पक्षातल्या बादशहाकरता त्यानं एक पत्र तयार केलं, ''आम्ही शरण यायला तयार आहोत, कृपया दिल्ली सुरक्षित ठेवावी, ही विनंती. आम्ही तुम्हाला हवे ते सर्व काही द्यायला तयार आहोत, अगदी बिरबलही तुमची चाकरी करायला तयार आहे. त्यासाठी बोलणी करायला आम्ही कधी यावं, ते कळवल्यास आम्ही लगेच तुमच्यासमोर हजर होऊ.''

पत्रावर बादशहाची मोहोर लावल्यावर त्यानं त्या उर्मट सैनिकाला बोलावून घेतलं. त्याच्या हातात ते पत्र ठेवून तो त्याला म्हणाला, ''तुझ्यावर बादशहा

सलामतनी एक महत्त्वाची कामगिरी सोपवलीय. तू हे पत्र घेऊन दिल्लीबाहेर थांबलेल्या परदेशी बादशहाला नेऊन द्यायचं आहे. पण नुसतं द्यायचं नाही, तर बोलणीही करायची आहेत. ती तू तुझ्या पद्धतीनं हवी तशी कर. आपले सरकार काही तुझ्यावर रागावणार नाहीत. काही गडबड झाली, तरी तुला कुणीही दोषी मानणार नाही, उलट तुला बक्षीसच देण्यात येईल.''

ते ऐकून त्या आगावू सैनिकाची गर्वानं छातीच फुगली. तो लगेच निघाला पत्र द्यायला. तिथे जाऊन त्यानं तिथल्या बादशहाची भेट घेतली. तोही बादशहा वयोवृद्धच होता. ते पाहून याचं आणखीनच पित्त खवळलं. तरीही त्यानं सांगितलं, ''मला आमच्या सरकारांनी तहाची बोलणी करायला पाठवलेलं आहे.

त्यांची शरण यायची तयारी आहे.''

ते ऐकताच तो वृद्ध बादशहा कुत्सितपणे हसला आणि म्हणाला, ''तहाची बोलणी म्हणे! असल्या भ्याड आणि भेकड शेपूटघाल्या लोकांबरोबर मी तह करत नसतो. मी त्यांना फक्त आज्ञा देत असतो.''

त्याचं हे बोलणं ऐकून सैनिक एकदम पिसाळलाच. संतापून त्यानं ते पत्र बादहाच्या अंगावर भिरकावलं आणि ओरडला, "पुन्हा थेरडा समोर आला माझ्या? हे सगळे थेरडे मरत का नाहीत? आणि भेकड कुणाला म्हणतोस रे माकडा? थांब, मीच तुला चांगला धडा शिकवतो." असं म्हणून तो सैनिक तलवार उगारून बादशहाकडे झेपावला. आणि काय घडतंय ते कळायच्या आतच त्यानं त्या बादशहावर वार करून त्याचं मस्तक धडावेगळं केलं. ते पाहून तिथे एक हाहा:कार उडाला. शत्रू पक्षाचं सैन्य सैरावैरा धावायला लागलं. त्यांचा नेताच प्राणाला मुकला आणि त्यातून ते परदेशात होते, इतका मोठा प्रवास करून सैन्य थकलेलंही होतं.

आणि नेमकं त्याच वेळी बिरबल प्रचंड मोठं सैन्य घेऊन त्यांच्यावर चालून आला. यामुळे त्यांची चांगलीच दाणादाण उडाली.

बिरबलानं शत्रूपक्षाला चांगलीच धूळ चारली. युद्ध जिंकलं. शिवाय त्या सगळ्या घनघोर युद्धात त्या उर्मट सैनिकालाही कुणीतरी मारून टाकलेलं होतं.

नंतर युद्ध जिंकल्याच्या आनंदात बादशहानं जंगी मेजवानी दिली. त्यावेळी बिरबल म्हणाला, ''पाहिलंत सरकार, त्या उर्मट सैनिकाचाही कसा उपयोग झाला ते? त्याच्याबरोबर गेलेल्या दुसऱ्या सैनिकांनी आपल्याला तिथे काय घडलं त्याची हकीकत सांगितलीच आहे. आपला तर फक्त फायदाच झाला. शत्रूही पळाला आणि त्या उर्मट सैनिकाचाही परस्परच काटा निघाला.'' बादशहा हसून म्हणाला, ''खरं आहे, तुझं. पण कधी-कधी तुझे विचार समजायला आणि पचायला खूप जड असतात. या सैनिकाचा असा काही उपयोग होईल असं मला स्वप्नातही वाटलं नव्हतं.''

खरे आळशी

बिरबल आणि बादशहा रोज फिरायला जायचे. फिरताना ते वेगवेगळ्या विषयांवर बोलायचे. बिरबलाला अनेक विषयांवरची माहिती होती. ती ऐकून बादशहाला त्याच्याबद्दल मोठं कौतुक वाटायचं. असेच एकदा ते दोघे फिरत होते तेव्हा बादशहानं बिरबलला विचारलं, "काय रे, इतकी माहिती तू गोळा तरी कुठून करतोस?"

बिरबल हसला आणि म्हणाला, "सरकार, मी कधीही निरुद्योगीपणा करत नाही. मी सतत काही ना काहीतरी करत असतो. दरबारी कामकाज संपलं की मी घरातही काय हवं नको ते पाहतो. मुलांकडे लक्ष देतो, त्यांना शिकवतो. माझ्यातले इतर कलागुण जोपासतो. शिवाय मला सतत माणसं भेटत असतात. मी त्यांना पाहतो, ऐकतो, जाणून घेतो. एकप्रकारचं वाचनच आहे ते. प्रत्येक माणूस मला एखाद्या पुस्तकासारखा वाटतो. त्यामुळे स्वाभाविकच माझ्याकडे खूप माहिती गोळा होते.

असं करण्यानं आयुष्यातला प्रत्येक क्षण मी चांगल्या कामासाठी वापरतो, वेळ वाया घालवत नाही. मला आळशीपणा मुळीच खपत नाही.'' ते ऐकून बादशहा चांगलाच प्रभावित झाला. तो म्हणाला, ''वाहवा, छान. तुझा व्यासंग इतका मोठा आहे, म्हणून तर तू ज्ञानी आहेस. पण काय रे, आपल्या राज्यात कुणी आळशी असतील का?''

बिरबल म्हणाला, ''असतील तर. नसायला काय झालं? पण तरीही आळशी माणसंसुद्धा काहीतरी का होईना करतात. परंतू संपूर्णपणे निरुद्योगी आणि आळशी माणसं मात्र फारच कमी असतात.''

बादशहाला हा विषय खूपच गंमतीशीर वाटला. तो म्हणाला, ''उद्याच्या एका दिवसात तू मला एक तरी असा संपूर्णपणे आळशी माणूस दाखवून देऊ शकशील का?''

बिरबल म्हणाला, ''हो, दाखवेन की, त्यात काय अवघड आहे?'' ते संभाषण तिथेच संपलं.

बिरबलानं घरी गेल्यावर रात्री झोपण्यापूर्वी मनात एक योजना आखली. सकाळी त्यानं एका मोकळ्या मैदानावर मंडप उभारून घेतला. प्रचंड स्वयंपाकाची तयारी केली. त्यानंतर त्यानं शहरात दवंडी पिटवली, ''ऐका हो ऐका, जे कुणी काहीही कामधंदा करत नाहीत, अशांसाठी बादशहानं मेजवानी आयोजित केली आहे. इच्छूकांनी तिचा लाभ घ्यावा.''

मंडपापासून काही अंतरावर बिरबलानं त्याची आणि बादशहाची बसण्याची सोय केलेली होती. बादशहाही मोठ्या कुतुहलानं काय पाहायला मिळतंय, असा विचार करत मंडपाकडे लक्षपूर्वक पाहात होता. थोड्या वेळानं तिथे कितीतरी माणसांचे जथेच्या जथे यायला लागले. बिरबलानं सर्व नोकरांना आधीच नीट सूचना देऊन ठेवलेल्या होत्या. त्यानुसार त्यांनी पानं वाढली. सगळे आळशी लोक जेवायला बसले. नोकरचाकर त्यांना परत परत वाढत होते. सगळेजण अगदी मिटक्या मारत जेवणावर ताव मारत होते. जेवण अर्ध्यावर आलं असतानाच नोकरांनी चुपचाप मांडवाला आग लावली आणि ते दूर पळून गेले.

आग लागल्याचं लक्षात आल्यावर अन्न तसंच टाकून लोक उठून सैरावैरा धावायला लागले. सगळेजण पळून गेले, फक्त चारजण मात्र शांतपणे जेवत होते. बादशहा मोठ्या उत्सुकतेनं हे सगळं पाहात होता. आग अगदी जवळ आल्यावर त्यातला एकजण उठून निघून गेला. मग आग आणखी पुढे आली. चटके बसायला लागले. तेव्हा दुसरा एकजण उठून बाहेर पडला. पण दोघंजण मात्र अजूनही हलायला तयार नव्हते. खाता-खाता ते मध्येच दोन वेळा ओरडले, ''अहो, कुणीतरी आम्हाला वाचवा.'' पण तरीही स्वत: उठून काही ते मंडपाच्या बाहेर जाईनात. तेव्हा बिरबलानं नाईलाजानं नोकरांना पाठवून त्यांना दंडाला धरून फरफटवत बाहेर आणलं आणि बिरबल, बादशहासमोर उभं केलं. मग बिरबल बादशहाला म्हणाला, ''सरकार, हे खरे आळशी.'' बादशहानं त्यांच्याकडे पाहून कोपरापासून हात जोडले आणि तो खो-खो हसत सुटला.

एकही पुरुष नको

काहीतरी कारणानं एकदा बादशहा बागेतल्या माळीबुवांवर चिडला आणि त्यानं फर्मान सोडलं, "बिरबल, हे सगळे पुरुष कामगार एक नंबरचे कामचुकार असतात. मला आजपासून इथे एकही पुरुष दिसता कामा नये. सगळीकडे बायकांची नेमणूक करून टाक. बायका प्रामाणिकपणे काम करतात." आता खरं म्हणजे असा सरसकट आरोप करणं काही योग्य नव्हतं. पण बिरबलाला बादशहाचा लहरी स्वभाव काही नवा नव्हता. त्यानं शांतपणे बादशहाच्या हुकुमांची अंमलबजावणी केली. पण त्याचा परिणाम असा झाला, की बागेची कामं काही धड होईनात.

कारण काही अशी शक्तीची कामं होती, ती फक्त पुरुषच करू शकायचे. उदाहरणार्थ, एवढ्या प्रचंड मोठ्या बगिच्याला विहिरीतून पाणी काढून घालणे,

कुऱ्हाडीचे घाव घालून वेड्यावाकड्या वाढलेल्या झाडांची छाटणी करून मोठाल्या फांद्यां बाहेर नेऊन त्याचं सरपण बनवणे, कुंपणाची डागडुजी करून रंगरंगोटी करणे, बागेची नासधूस करणाऱ्या प्राणी आणि पक्ष्यांना हाकलणे, राखण करणे... अशी कामं नाजूकसाजूक बायकांना काही जमेनात. आणि नोकरीवरून काढून टाकलेल्या कामगारांना घरी बसायची वेळ आल्यामुळे त्यांची कुटुंबं उपाशी मरायची पाळी आली.

मग मात्र त्या सगळ्या नोकरांनी बिरबलाकडे धाव घेतली. बिरबलाला ते अपेक्षित होतंच. त्यामुळे त्यानं आधीपासूनच एक उपाय मनात तयार ठेवला होता. त्यानुसार तो एक दिवस बादशहाला घेऊन बागेत फिरायला गेला.

त्याच्या सूचनेनुसार तिथे सर्व काही अस्ताव्यस्त पडलेलं दिसत होतं. बादशहानं ते पाहून नाराजी व्यक्त केली.

बिरबल मानभावीपणानं म्हणाला, ''काय करणार सरकार, या बायका तशा प्रामाणिक आहेत, नाही असं नाही, पण त्यांना ही शक्तीची कामं झेपतायत कुठे? पण तुमची आज्ञा म्हणजे आज्ञा बरं का! आता इथे एकही पुरुष तुम्हाला दिसणार नाही. नाही म्हणायला एक पुरुष मात्र माझं काही ऐकत नाहीए. त्याला तुम्हीच जरा समज देता का?''

बादशहा म्हणाला, ''कुठं आहे तो नाठाळ माणूस? समोर हजर कर त्याला माझ्या.''

बिरबल म्हणाला, ''हुजूर, तो विहिरीत लपून बसलाय. बाहेरच यायला तया नाहीए.'' असं म्हणून त्यानं बादशहाला विहिरीजवळ नेलं. बादशहानं आत डोकावून पाहिलं तर त्याला त्यात त्याचंच प्रतिबिंब दिसलं. मग बिरबलही वाकून पाहायला लागला. त्याबरोबर त्याचंही प्रतिबिंब आत दिसायला लागलं.

बिरबल म्हणाला, ''सरकार, पाहिलंत, आत्तापर्यंत हा बिलंदर एकटाच होता, आज आणखी एकाला त्यानं बरोबर आणलंय.''

बादशहा म्हणाला, ''अरे, पण ही तर आपलीच प्रतिबिंबं आहेत.'' बिरबल म्हणाला, ''पण तुम्हीच तर म्हणाला होता ना, की एकही पुरुष दिसता कामा नये?''

बादशहा क्षणभर थक्क झाला आणि मग जोरजोरात हसतच सुटला. म्हणाला, ''बिरबल, मी एक हुकूम करणार आणि तू ते अंमलात आणणार. सगळाच सावळा गोंधळ. माळीबुवांना बोलावून घे पुन्हा. म्हणावं, ''एका दिवसात बाग स्वच्छ झाली पाहिजे.'' बिरबल म्हणाला, ''होय सरकार,'' आणि मग सगळ्या नोकरांनी बिरबलाला भरभरून दुवा दिली.

परीसस्पर्श

एका म्हाताऱ्या बाईचा एकुलता एक मुलगा युद्धात मरण पावला. तिचा नवरा तर पूर्वीच वारलेला होता. आता म्हातारपणाची काठी असलेला हा तरणाताठा मुलगाही शहीद झाल्यावर त्या आजीबाईवर आभाळच कोसळलं अक्षरश:. त्या मुलाच्या पगारावरच त्यांचं घर चालायचं. आता तो पगारही बंद झाला. उपजीविकेचं दुसरं काही साधनही नव्हतं. तरीपण आजीबाईंनी वर्ष दीड वर्ष काढलं कसंबसं. पण पुढे मात्र जगायचं कसं हा प्रश्न निर्माण झाल्यावर आजीबाई बिरबलाच्या घरी जाऊन त्याला भेटल्या.

आजीबाई म्हणाल्या, ''बाबा रे, आता मला तुझाच आधार आहे. काहीतरी करशील का माझ्यासाठी?'' आजीबाईनं डोळ्यात पाणी आणून विचारल्यावर बिरबल हळहळला. म्हणाला, ''आजीबाई, आपल्या कायद्यांमध्ये अशा प्रसंगी प्रजेला आधार देण्याची काही तरतूद नाही, याचं मला फारच वाईट वाटतंय. पण तुम्ही काळजी करू नका. कायदा नसला तर नसला, आपण काहीतरी युक्ती नक्कीच करू शकतो.'' असं म्हणून त्यानं आजीबाईंना एक युक्ती सांगितली.

आजीबाई गालातल्या गालात हसत तिथून निघून गेल्या. दुसऱ्या दिवशी आजीबाई आपल्या मुलाची तलवार घेऊन दरबारात हजर झाल्या. इतके दिवस पडून राहिल्यामुळे तलवारीला गंज़ चढलेला होता. ती तलवार बादशहाला देत ती म्हणाली, ''सरकार, माझ्या एकुलत्या एक मुलाला आपली सेवा करता-करता वीरमरण आलं. मला शक्य असतं, तर हीच तलवार घेऊन मी तुमच्या सैन्यात नोकरी केली असती. पण मला म्हातारीला नुसतं चालायलाही ही लाकडी काठी लागते. काय करणार? माझी म्हातारपणाची काठीच गेली ना आता. म्हणून मी ही तलवार तुम्हाला परत द्यायला आले आहे.''

बादशहानं ती तलवार हातात घेऊन पाहिली आणि म्हणाला, ''अहो, आजीबाई, या तलवारीचा आता आम्हाला काहीच उपयोग नाही. गंजलेली आहे ती. घेऊन जा तुम्हीच तुमच्या घरी. तुमच्या मुलाला तर काही मी परत आणू शकत नाही. पण तुम्हाला वीस सुवर्णमुद्रा द्यायची व्यवस्था करू शकतो मी.''

त्यावर त्या आजीबाईनं तलवार परत घेतली आणि ती उलट-सुलट करून पहायला लागली. बादशहा म्हणाला, ''काय पाहताय, आजीबाई?'' बिरबलानं पढवून ठेवल्याप्रमाणे आजीबाईंनी उत्तर दिलं, ''काही नाही सरकार, मी आपली पाहात होते की ही तलवार सोन्याची झालीय की नाही! कारण आत्ताच हिला परीसस्पर्श झाला. प्रत्यक्ष हिंदुस्थानच्या बादशहाच्या हातांचा स्पर्श म्हणजे परीसाचा स्पर्शच की. पण कशी कोण जाणे, ही तलवार आहे तशीच लोखंडी राहिली, आणि मीही होते तशीच निराधार राहिले. असो. नशीबाच्या पुढे कुणाचं काय चालतं का? येते मी. आता मला विहिरच शोधावी लागणार.'' असं म्हणून सुस्कारा टाकत ती आजीबाई वळली आणि लटपटत कशीबशी चालायला लागली. बादशहा ते दृश्य पाहून आणि तिचं बोलणं ऐकून अवाकच झाला.

बिरबल चटकन उठून म्हणाला, ''खाविंद, आपले शूर सैनिक तुमच्यासाठी आपले प्राण देतात, पण त्यांच्या कुटुंबियांवर मात्र अशा प्रकारे गरीबीत जीवन काढण्याची वेळ येते. हे काही बरोबर नाही.

काहीतरी केलं पाहिजे अशा लोकांसाठी.'' बादशहा म्हणाला, ''अगदी बरोबर बोललास तू बिरबल. आपण लवकरच असा काहीतरी कायदा करू. पण तोपर्यंत या आजीबाईंना या तलवारीच्या वजनाइतक्या सुवर्णमुद्रा द्या. या आजीबाईंना शेवटपर्यंत काही कमी पडू नये अशी व्यवस्था करा.''

ते ऐकून आजीबाईंना खूप आनंद झाला. तिनं हात जोडून बादशहाला आणि बिरबलालाही नमस्कार केला. दोघांनाही खूप-खूप आशीर्वाद देत ती तिथून समाधानानं निघून गेली.